This Book Comes With Free Bonus Puzzles
Available Here:

BestActivityBooks.com/WSBONUS20

5 TIPS TO START!

1) HOW TO SOLVE

The Puzzles are in a Classic Format:

- Words are hidden without breaks (no spaces, dashes, ...)
- Orientation: Forward & Backward, Up & Down or in Diagonal (can be in both directions)
- Words can overlap or cross each other

2) ACTIVE LEARNING

To encourage learning actively, a space is provided next to each word to write down the translation. The **DICTIONARY** allows you to verify and expand your knowledge. You can look up and write down each translation, find the words in the Puzzle then add them to your vocabulary!

3) TAG YOUR WORDS

Have you tried using a tag system? For example, you could mark the words which have been difficult to find with a cross, the ones you loved with a star, new words with a triangle, rare words with a diamond and so on...

4) ORGANIZE YOUR LEARNING

We also offer a convenient **NOTEBOOK** at the end of this edition.
Whether on vacation, travelling or at home, you can easily organize your new knowledge without needing a second notebook!

5) FINISHED?

Go to the bonus section: **MONSTER CHALLENGE** to find a free game offered at the end of this edition!

Want more fun and learning activities? It's **Fast and Simple!**
An entire Game Book Collection just **one click away!**

Find your next challenge at:

BestActivityBooks.com/MyNextWordSearch

Ready, Set... Go!

Did you know there are around 7,000 different languages in the world? Words are precious.

We love languages and have been working hard to make the highest quality books for you. Our ingredients?

A selection of indispensable learning themes, three big slices of fun, then we add a spoonful of difficult words and a pinch of rare ones. We serve them up with care and a maximum of delight so you can solve the best word games and have fun learning!

Your feedback is essential. You can be an active participant in the success of this book by leaving us a review. Tell us what you liked most in this edition!

Here is a short link which will take you to your order page.

BestBooksActivity.com/Review50

Thanks for your help and enjoy the Game!

Linguas Classics Team

1 - Food #1

จ	อ	บ	เ	ช	ย	น	◌้	◌ำ	ต	า	ล	บ	ส
ถ	ฉ	ณ	ไ	น	◌้	◌ำ	ผ	ล	ไ	ม	◌้	า	ล
โ	ร	ไ	ะ	ย	เ	ล	ท	◌ู	น	◌่	า	ร	◌ั
ห	บ	ค	ห	◌ั	ว	ผ	◌ั	ก	ก	า	ด	◌์	ด
ร	ถ	ซ	ผ	ง	ค	ฉ	ฟ	แ	ห	ผ	ร	เ	ร
ะ	◌ั	ป	◌ุ	ญ	ป	ไ	ง	พ	ผ	น	ส	ล	ธ
พ	◌่	ะ	เ	ป	ผ	แ	ค	ร	อ	ท	แ	◌่	ร
า	ว	เ	ค	ธ	◌ั	อ	ภ	◌์	ข	ญ	ห	ย	ท
ญ	ล	ก	ม	ท	ก	ป	ว	ไ	ด	ซ	◌ั	◌์	น
อ	◌ิ	ล	ส	ศ	โ	ร	ม	ะ	น	า	ว	ไ	อ
ป	ส	◌ี	ธ	ต	ข	◌ิ	เ	ต	◌้	า	ห	◌ู	◌้
ธ	ง	อ	น	ะ	ม	ค	ก	ฉ	ช	ส	อ	แ	เ
ย	ว	จ	พ	ม	จ	อ	ค	า	า	จ	ม	ซ	ค
ห	บ	ก	ร	ะ	เ	ท	◌ี	ย	ม	ศ	ย	ป	ห

แอปริคอท
บาร์เล่ย์
โหระพา
แครอท
อบเชย
กระเทียม
น้ำผลไม้
มะนาว
นม
หัวหอม
ถั่วลิสง
ลูกแพร์
สลัด
เกลือ
ซุป
ผักโขม
น้ำตาล
เต้าหู้
ทูน่า
หัวผักกาด

2 - Castles

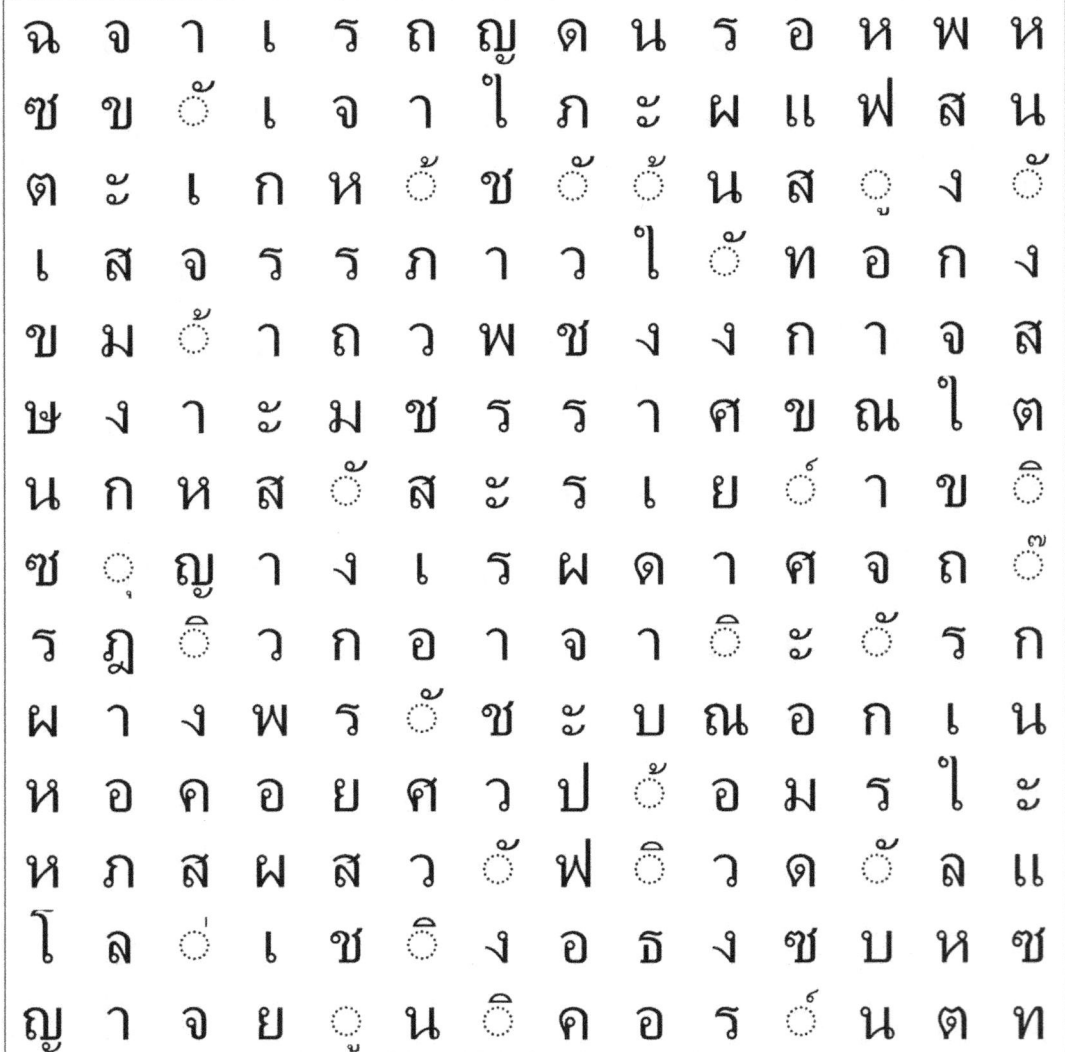

ฉ	จ	า	เ	ร	ถ	ญ	ด	น	ร	อ	ห	พ	ห
ซ	ข	◌ั	เ	จ	า	ไ	ภ	ะ	ผ	แ	ฟ	ส	น
ต	ะ	เ	ก	ห	◌้	ช	◌ั	◌้	น	ส	◌ู	ง	◌ั
เ	ส	จ	ร	ร	ภ	า	ว	ไ	◌ั	ท	อ	ก	ง
ข	ม	◌้	า	ถ	ว	พ	ช	ง	ง	ก	า	จ	ส
ษ	ง	า	ะ	ม	ช	ร	ร	า	ศ	ข	ณ	ไ	ต
น	ก	ห	ส	◌ั	ส	ะ	ร	เ	ย	◌์	า	ข	◌ิ
ซ	◌ุ	ญ	า	ง	เ	ร	ผ	ด	า	ศ	จ	ถ	◌๊
ร	ฎ	◌ิ	ว	ก	อ	า	จ	า	◌ิ	ะ	◌ั	ร	ก
ผ	า	ง	พ	ร	◌ั	ช	ะ	บ	ณ	อ	ก	เ	น
ห	อ	ค	อ	ย	ศ	ว	ป	◌้	อ	ม	ร	ไ	ะ
ห	ภ	ส	ผ	ส	ว	◌ั	ฟ	◌ิ	ว	ด	◌ั	ล	แ
โ	ล	◌่	เ	ช	◌ิ	ง	อ	ธ	ง	ซ	บ	ห	ซ
ญ	า	จ	ย	◌ู	น	◌ิ	ค	อ	ร	◌์	น	ต	ท

เกราะ
หนังสติ๊ก
มงกุฎ
มังกร
ราชวงศ์
จักรวรรดิ
ฟิวดัล
ป้อม
ม้า
อาณาจักร
อัศวิน
ชั้นสูง
พระราชวัง
เจ้าชาย
เจ้าหญิง
โล่
ดาบ
หอคอย
ยูนิคอร์น
ผนัง

3 - Exploration

จ	ษ	ษ	ภ	น	เ	ป	◌่	า	น	พ	ฉ	ก	พ
ไ	ก	ล	ย	ณ	ฟ	ด	บ	ศ	ป	จ	ใ	◌ิ	ศ
ค	ส	ต	ด	ก	ศ	อ	◌ิ	ธ	ต	อ	ธ	จ	ว
ว	ก	◌ั	ธ	ษ	ส	◌ั	ภ	น	ล	ว	น	ก	ญ
า	า	ป	ต	ไ	บ	น	ส	ไ	ท	ก	ฉ	ร	ก
ม	ร	ผ	ช	ว	ข	ต	ง	ะ	ม	า	ญ	ร	า
ก	ก	ถ	ญ	ผ	◌์	ร	ญ	พ	ห	ศ	ง	ม	ร
ล	◌ำ	ด	ช	ล	ภ	า	ะ	อ	ภ	ะ	น	ญ	ค
◌้	ห	ต	เ	ร	◌ี	ย	น	ร	◌ู	◌้	จ	เ	◌้
า	น	พ	ฉ	ไ	ม	◌่	ท	ร	า	บ	ใ	ข	น
ห	ด	ต	ภ	า	ษ	า	ถ	ผ	ข	บ	ช	ว	พ
า	ว	◌ั	ฒ	น	ธ	ร	ร	ม	ไ	ห	ม	◌่	บ
ญ	ค	ว	า	ม	อ	◌่	อ	น	เ	พ	ล	◌ี	ย
ค	ว	า	ม	ต	◌ี	◌่	น	เ	ต	◌้	น	เ	เ

กิจกรรม
สัตว์
ความกล้าหาญ
วัฒนธรรม
การกำหนด
การค้นพบ
ไกล
ความตื่นเต้น
ความอ่อนเพลีย
อันตราย
ภาษา
ใหม่
อวกาศ
เรียนรู้
เดินทาง
ไม่ทราบ
ป่า

4 - Measurements

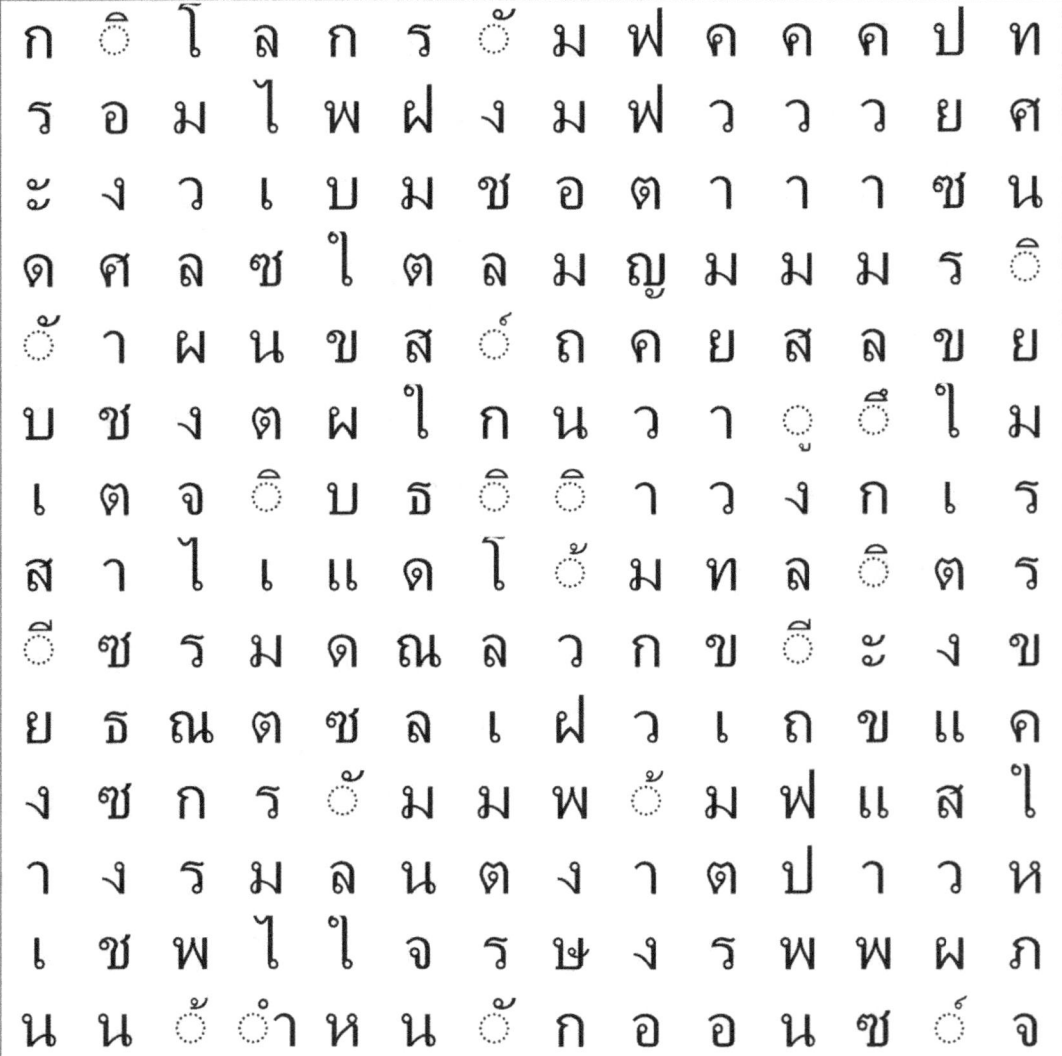

ก	◌ิ	โ	ล	ก	ร	◌ั	ม	ฟ	ค	ค	ค	ป	ท
ร	อ	ม	ไ	พ	ฝ	ง	ม	ฟ	ว	ว	ว	ย	ศ
ะ	ง	ว	เ	บ	ม	ช	อ	ต	า	า	า	ซ	น
ด	ศ	ล	ซ	ไ	ต	ล	ม	ญ	ม	ม	ม	ร	◌ิ
◌ั	า	ผ	น	ข	ส	◌์	ถ	ค	ย	ส	ล	ข	ย
บ	ช	ง	ต	ผ	ไ	ก	น	ว	า	◌ู	◌ึ	ไ	ม
เ	ต	จ	◌ิ	บ	ธ	◌ิ	◌ิ	า	ว	ง	ก	เ	ร
ส	า	ไ	เ	แ	ด	โ	◌้	ม	ท	ล	◌ิ	ต	ร
◌ี	ซ	ร	ม	ด	ณ	ล	ว	ก	ข	◌ี	ะ	ง	ข
ย	ธ	ณ	ต	ซ	ล	เ	ฝ	ว	เ	ถ	ข	แ	ค
ง	ซ	ก	ร	◌ั	ม	ม	พ	◌้	ม	ฟ	แ	ส	ไ
า	ง	ร	ม	ล	น	ต	ง	า	ต	ป	า	ว	ห
เ	ช	พ	ไ	ไ	จ	ร	ษ	ง	ร	พ	พ	ผ	ภ
น	น	◌้	◌ำ	ห	น	◌ั	ก	อ	อ	น	ซ	◌์	จ

ไบต์
เซนติเมตร
ทศนิยม
องศา
ความลึก
กรัม
ความสูง
นิ้ว
กิโลกรัม
กิโลเมตร
ความยาว
ลิตร
มวล
เมตร
นาที
ออนซ์
ตัน
ระดับเสียง
น้ำหนัก
ความกว้าง

5 - Farm #2

จ	ผ	จ	ม	ฉ	พ	ผ	ซ	ผ	ต	ฉ	อ	ง	จ
จ	ธ	ฝ	ว	ฉ	ถ	ธ	า	น	ช	เ	า	บ	ด
ข	แ	ไ	โ	า	แ	ฟ	น	ฉ	ฝ	ค	ห	า	ค
ร	ถ	แ	ท	ร	ก	เ	ต	อ	ร	◌์	า	ร	น
ล	แ	า	ก	◌ั	ง	ห	◌ั	น	ธ	ท	ร	◌์	เ
ต	ก	ฟ	ซ	ช	อ	น	เ	ป	◌็	ด	ก	เ	ล
ผ	ะ	ล	ช	ล	า	ม	า	ร	ม	า	ว	ล	◌ี
ล	น	ไ	า	ป	ฝ	บ	ย	บ	ษ	ฉ	ช	◌่	◌้
ไ	ศ	อ	ว	ร	ข	◌้	า	ว	โ	พ	ด	ย	ย
ม	ผ	ไ	น	ะ	ล	◌ู	ก	แ	ก	ะ	ป	◌์	ง
◌ั	ห	◌ั	า	ท	◌ุ	◌่	ง	ห	ญ	◌้	า	ถ	แ
ย	ถ	ฝ	ก	า	ส	◌ั	ต	ว	◌์	ผ	ญ	ภ	ก
ร	ว	ส	ว	น	ผ	ล	ไ	ม	◌้	ต	ป	ง	ะ
ก	ณ	ฟ	ช	ภ	ม	ข	◌้	า	ว	ส	า	ล	◌ี

สัตว์
บาร์เล่ย์
โรงนา
ข้าวโพด
เป็ด
ชาวนา
อาหาร
ผลไม้
ชลประทาน
ลูกแกะ
ลามา
ทุ่งหญ้า
นม
สวนผลไม้
แกะ
คนเลี้ยงแกะ
รถแทรกเตอร์
ผัก
ข้าวสาลี
กังหัน

6 - Books

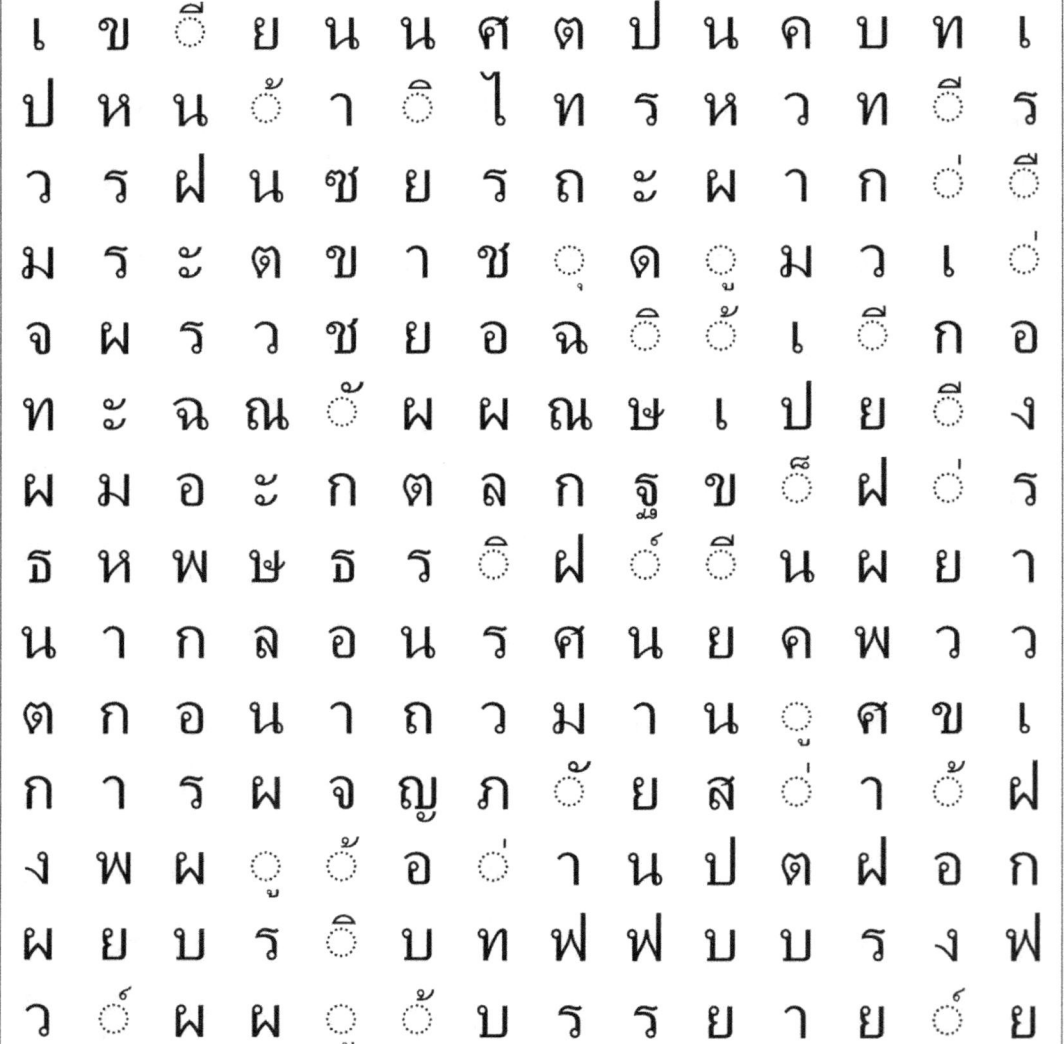

เ	ข	◌ี	ย	น	น	ศ	ต	ป	น	ค	บ	ท	เ
ป	ห	น	◌้	า	◌ิ	ไ	ท	ร	ห	ว	ท	◌ี	ร
ว	ร	ฝ	น	ซ	ย	ร	ถ	ะ	ผ	า	ก	◌่	◌ี
ม	ร	ะ	ต	ข	า	ช	◌ุ	ด	◌ู	ม	ว	เ	◌่
จ	ผ	ร	ว	ช	ย	อ	ฉ	◌ิ	◌้	เ	◌ี	ก	อ
ท	ะ	ฉ	ณ	◌ั	ผ	ผ	ณ	ษ	เ	ป	ย	◌ี	ง
ผ	ม	อ	ะ	ก	ต	ล	ก	ฐ	ข	◌็	ฝ	◌่	ร
ธ	ห	พ	ษ	ธ	ร	◌ิ	ฝ	◌์	◌ี	น	ผ	ย	า
น	า	ก	ล	อ	น	ร	ศ	น	ย	ค	พ	ว	ว
ต	ก	อ	น	า	ถ	ว	ม	า	น	◌ู	ศ	ข	เ
ก	า	ร	ผ	จ	ญ	ภ	◌ั	ย	ส	◌่	า	◌้	ฝ
ง	พ	ผ	◌ู	◌้	อ	◌่	า	น	ป	ต	ฝ	อ	ก
ผ	ย	บ	ร	◌ิ	บ	ท	ฝ	ฝ	บ	บ	ร	ง	ฝ
ว	◌์	ผ	ผ	◌ู	◌้	บ	ร	ร	ย	า	ย	◌์	ย

การผจญภัย
ผู้เขียน
ชุด
บริบท
ความเป็นคู่
มหากาพย์
ประวัติศาสตร์
ตลก
ประดิษฐ์
วรรณกรรม
ผู้บรรยาย
นิยาย
หน้า
กลอน
บทกวี
ผู้อ่าน
ที่เกี่ยวข้อง
เรื่องราว
อนาถ
เขียน

7 - Meditation

ค	จ	า	ต	ฉ	ย	แ	เ	ะ	ค	ส	ธ	ป	ค
ว	◌ิ	ง	◌ี	ข	ม	ร	ว	ม	ว	◌ั	ร	ห	ว
า	ต	จ	◌่	เ	ฝ	ล	ะ	ณ	า	น	ร	ค	า
ม	ษ	ฝ	น	ษ	แ	ธ	ฝ	ฟ	ม	ต	ม	ว	ม
ส	อ	น	◌ิ	ส	◌ั	ย	ซ	ภ	ช	◌ิ	ช	า	เ
น	ก	า	ร	ห	า	ย	ไ	จ	◌ั	ภ	า	ม	ง
ไ	ผ	ช	ร	ศ	พ	ร	ค	จ	ด	า	ต	ก	◌ี
จ	ม	◌ุ	ม	ม	อ	ง	ว	ไ	เ	พ	◌ิ	ต	ย
ส	ส	ส	แ	พ	ณ	ถ	า	ไ	จ	ไ	ณ	◌ั	บ
ร	ง	ง	ร	ต	ม	◌์	ม	ช	น	ฟ	ก	ญ	ฝ
เ	ห	บ	อ	ห	ค	ส	ค	ค	ฉ	ธ	ณ	ญ	ไ
ด	น	ต	ร	◌ี	ฟ	า	◌ิ	พ	ไ	จ	ม	◌ู	ถ
บ	เ	บ	ง	ม	ญ	ศ	ด	ด	ญ	ญ	ญ	ผ	ศ
ก	า	ร	เ	ค	ล	◌ี	◌่	อ	น	ไ	ห	ว	ช

ความสนใจ
ตื่น
การหายใจ
สงบ
ความชัดเจน
อารมณ์
ความกตัญญู
นิสัย
จิต
ใจ
การเคลื่อนไหว
ดนตรี
ธรรมชาติ
สันติภาพ
มุมมอง
ความเงียบ
ความคิด

8 - Days and Months

ว	ป	◌ี	พ	แ	เ	ค	า	ต	ญ	ฉ	ก	ก	ศ
◌ั	ษ	ไ	ฤ	ไ	ะ	ม	ไ	◌ุ	ะ	น	◌ุ	◌ั	เ
น	ป	พ	ศ	ะ	อ	ข	ษ	ล	ย	แ	ม	น	ด
อ	ล	ฏ	จ	ภ	ส	ค	ค	า	อ	ว	ภ	ย	◌ื
า	น	ร	◌ิ	า	ณ	ร	บ	ค	ย	◌ั	า	า	อ
ท	จ	ศ	ก	ท	พ	เ	ค	ม	จ	น	พ	ย	น
◌ิ	ภ	ภ	า	ก	◌ิ	ห	ไ	◌ี	บ	ศ	◌ั	น	ไ
ต	จ	ห	ย	ส	า	น	เ	น	ม	◌ุ	น	น	ธ
ย	ว	◌ั	น	อ	◌ั	ง	ค	า	ร	ก	ธ	ล	ว
◌์	ก	ก	ช	ภ	ก	ป	ค	ค	ไ	ร	◌์	ถ	◌ั
ก	ร	ก	ฎ	า	ค	ม	ด	ม	ฝ	◌์	ส	ญ	น
ส	ร	ข	ว	◌ั	น	เ	ส	า	ร	◌์	ล	พ	พ
ต	พ	ฝ	ม	ก	ร	า	ค	ม	ห	ญ	ห	ม	◌ุ
ต	ม	ษ	ส	◌ิ	ง	ห	า	ค	ม	◌์	า	ม	ธ

เมษายน
สิงหาคม
ปฏิทิน
กุมภาพันธ์
วันศุกร์
มกราคม
กรกฎาคม
มีนาคม
เดือน
พฤศจิกายน
ตุลาคม
วันเสาร์
กันยายน
วันอาทิตย์
วันอังคาร
วันพุธ
สัปดาห์
ปี

9 - Chess

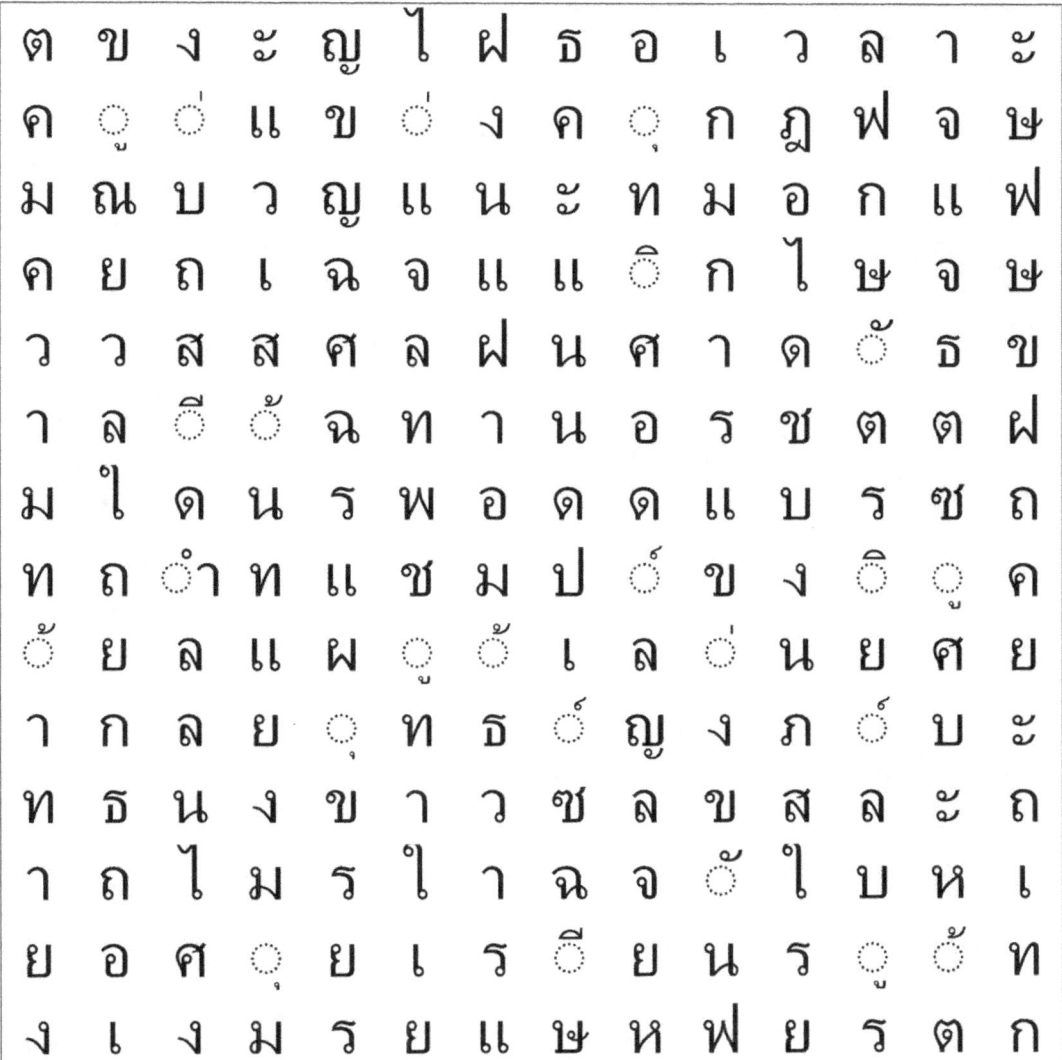

ต	ข	ง	ะ	ญ	ไ	ฝ	ธ	อ	เ	ว	ล	า	ะ
ค	◌ู	◌่	แ	ข	◌่	ง	ค	◌ุ	ก	ฎ	ฟ	จ	ษ
ม	ณ	บ	ว	ญ	แ	น	ะ	ท	ม	อ	ก	แ	ฟ
ค	ย	ถ	เ	ฉ	จ	แ	แ	◌ิ	ก	ไ	ษ	จ	ษ
ว	ว	ส	ส	ศ	ล	ฝ	น	ศ	า	ด	◌ั	ธ	ข
า	ล	◌ี	◌้	ฉ	ท	า	น	อ	ร	ช	ต	ต	ฝ
ม	ไ	ด	น	ร	พ	อ	ด	ด	แ	บ	ร	ซ	ถ
ท	ถ	◌ำ	ท	แ	ช	ม	ป	◌์	ข	ง	◌ิ	◌ู	ค
◌้	ย	ล	แ	ผ	◌ู	◌้	เ	ล	◌่	น	ย	ศ	ย
า	ก	ล	ย	◌ุ	ท	ธ	◌์	ญ	ง	ภ	◌์	บ	ะ
ท	ธ	น	ง	ข	า	ว	ซ	ล	ข	ส	ล	ะ	ถ
า	ถ	ไ	ม	ร	ใ	า	ฉ	จ	◌ั	ใ	บ	ห	เ
ย	อ	ศ	◌ุ	ย	เ	ร	◌ี	ย	น	ร	◌ู	◌้	ท
ง	เ	ง	ม	ร	ย	แ	ษ	ห	ฟ	ย	ร	ต	ก

สีดำ
ความท้าทาย
แชมป์
ฉลาด
เส้นทแยงมุม
เกม
กษัตริย์
คู่แข่ง
รู
ผู้เล่น
คะแนน
ควีน
กฎ
อุทิศ
กลยุทธ์
เวลา
เรียนรู้
การแข่งขัน
ขาว

10 - Food #2

ม	ฝ	บ	อ	น	ข	พ	ะ	อ	ร	ไ	ท	ษ	ม
ะ	เ	ร	า	ก	◌้	ฉ	ซ	ง	า	แ	ข	ะ	ว
เ	ห	อ	ต	ผ	า	ล	ค	◌ุ	ช	บ	ค	◌่	ไ
ข	◌็	ก	◌ิ	พ	ว	ญ	ป	◌่	ช	◌ี	ส	ข	ป
◌ี	ด	โ	โ	ร	ส	พ	แ	น	ด	า	ไ	◌ึ	ถ
อ	ล	ค	ช	ล	า	แ	อ	ป	เ	ป	◌ิ	◌้	ล
เ	ก	ล	◌๊	ก	ล	ท	ส	จ	ไ	แ	น	น	ป
ท	ล	◌ี	ค	ภ	◌ี	ข	◌้	า	ว	ฉ	ล	ฉ	ล
ศ	◌้	ย	ซ	ช	ค	ว	เ	บ	ผ	ด	เ	◌่	า
ง	ว	แ	ไ	ก	◌่	ท	◌ี	พ	ษ	ย	ฉ	า	ล
ม	ย	ม	ะ	เ	ข	◌ื	อ	◌่	ห	อ	ย	ย	ผ
แ	ด	บ	ศ	ช	◌็	อ	ค	โ	ก	แ	ล	ต	จ
เ	ฮ	เ	ช	อ	ร	◌์	ร	◌ี	◌่	อ	า	ผ	ท
ว	ธ	ม	โ	ย	เ	ก	◌ิ	ร	◌์	ต	น	ฝ	ณ

แอปเปิ้ล
อาติโช๊ค
กล้วย
บรอกโคลี
ขึ้นฉ่าย
ชีส
เชอร์รี่
ไก่
ช็อคโกแลต
ไข่
มะเขือ
ปลา
องุ่น
แฮม
กีวี่
เห็ด
ข้าว
มะเขือเทศ
ข้าวสาลี
โยเกิร์ต

11 - Family

ป	พ	ถ	น	ห	ท	ว	พ	ส	ห	ธ	ถ	ป	ด
ข	◌้	◌่	◌้	ล	ษ	◌ั	ฟ	ฝ	ล	◌ุ	ง	ว	ไ
ก	ป	า	อ	า	ต	ย	ห	ล	า	น	ส	า	ว
ช	◌ู	า	ง	น	ร	เ	ร	◌ู	น	แ	ม	◌่	ท
ป	◌่	ษ	ช	จ	เ	ด	◌็	ก	ช	น	ฝ	ส	อ
ะ	ณ	ส	า	ม	◌ี	◌็	ต	ส	า	◌้	น	ด	บ
ซ	ซ	ฟ	ย	น	ผ	ก	ถ	า	ย	อ	ห	ว	ถ
ฉ	ห	ย	ด	อ	พ	ษ	ถ	ว	บ	ง	เ	จ	ญ
ภ	ร	ร	ย	า	ส	ส	ป	ซ	ช	ส	ต	ย	ป
ค	เ	พ	ษ	ล	ะ	ม	า	ร	ด	า	ว	า	ถ
บ	ร	ร	พ	บ	◌ุ	ร	◌ุ	ษ	ด	ว	ถ	ย	น
ล	◌ู	ก	พ	◌ี	◌่	ล	◌ู	ก	น	◌้	อ	ง	ช
ฉ	ษ	ส	ป	ว	ไ	ร	ด	ฟ	ถ	ง	เ	เ	า
ช	ะ	ษ	พ	ร	ฉ	ป	ะ	ล	ล	ซ	ง	ซ	ฉ

บรรพบุรุษ
ป้า
น้องชาย
เด็ก
วัยเด็ก
ลูกพี่ลูกน้อง
ลูกสาว
หลาน
ปู่
ยาย
สามี
มารดา
แม่
หลานชาย
หลานสาว
พ่อ
น้องสาว
ฝาแฝด
ลุง
ภรรยา

12 - Farm #1

ญ	บ	า	ฟ	พ	บ	ผ	อ	ร	ค	ว	น	ภ	า
บ	ค	ไ	ป	แ	พ	ะ	◌ึ	◌ั	ป	ณ	◌้	ห	พ
ห	ไ	ค	ผ	ศ	ผ	ฝ	ก	◌้	ซ	◌ุ	◌ำ	ง	ม
ก	ถ	ไ	า	ง	ย	ภ	ธ	ว	ง	ม	◌๋	เ	ร
อ	ล	อ	ษ	ช	ห	ะ	ฟ	ฟ	ส	ย	ม	ย	ถ
เ	ก	ษ	ต	ร	ก	ร	ร	ม	ฟ	น	◌่	อ	ง
ล	า	ห	ต	ญ	ร	ส	ง	◌้	า	ว	◌ั	ว	อ
ไ	ส	ม	ภ	ส	ะ	น	ข	า	ง	ป	อ	จ	ว
จ	บ	า	ท	ห	ท	า	ซ	◌้	ข	ห	◌ี	ไ	ท
ญ	เ	ษ	ล	พ	◌ิ	ม	ไ	ล	า	ไ	ก	◌่	แ
ซ	ต	ล	ย	ต	ง	ส	ธ	ไ	า	ว	า	ต	ม
น	ต	ย	ย	ถ	ป	ฝ	ไ	ผ	แ	ว	ช	ถ	ว
เ	ม	ล	◌็	ด	น	◌้	◌ำ	ผ	◌ึ	◌้	ง	า	ข
บ	พ	ด	ง	ค	ช	ด	ผ	แ	ศ	จ	ฟ	ต	ม

เกษตรกรรม
ผึ้ง
กระทิง
น่อง
แมว
ไก่
วัว
อีกา
หมา
ลา

รั้ว
ปุ๋ย
สนาม
แพะ
ฟาง
น้ำผึ้ง
ม้า
ข้าว
เมล็ด
น้ำ

13 - Camping

ภ	ต	◌้	น	ไ	ม	◌้	แ	แ	ภ	ผ	ผ	า	จ
เ	◌ู	ท	ะ	เ	ล	ส	า	บ	ศ	ท	ว	ข	ช
ช	ธ	เ	ข	◌็	ม	ท	◌ิ	ศ	ซ	ห	◌้	า	ง
◌ี	ร	ป	ข	ส	น	◌ุ	ก	พ	ไ	ไ	า	ไ	พ
อ	ร	ล	ส	า	ป	า	ศ	แ	ผ	น	ท	◌ี	◌่
ก	ม	ญ	า	ธ	◌่	ว	ส	ญ	ม	ป	ด	พ	จ
ล	ช	ว	ค	ฉ	า	ธ	ย	ด	ธ	ล	ว	ค	เ
◌่	า	น	บ	ข	ป	ด	ธ	ง	ข	พ	ง	ย	ง
า	ต	า	ผ	ช	ะ	จ	ข	แ	ฝ	บ	จ	ช	พ
ส	◌ิ	ง	ซ	อ	ฉ	ษ	ศ	ค	อ	พ	◌ั	ส	ไ
◌ั	ไ	ฟ	ห	ม	ว	ก	พ	น	ห	ไ	น	◌ั	บ
ต	ร	ช	ค	น	ถ	ศ	ม	◌ู	ส	ไ	ท	ต	ไ
ว	ก	า	ร	ผ	จ	ญ	ภ	◌ั	ย	บ	ร	ว	ญ
◌์	ณ	เ	ล	ช	ส	เ	ต	◌็	น	ท	◌์	◌์	น

การผจญภัย
สัตว์
ห้าง
แคนู
เข็มทิศ
ไฟ
ป่า
สนุก
เปลญวน
หมวก
ล่าสัตว์
แมลง
ทะเลสาบ
แผนที่
ดวงจันทร์
ภูเขา
ธรรมชาติ
เชือก
เต็นท์
ต้นไม้

14 - Conservation

ฟ	ฝ	ป	ศ	เ	ก	า	ร	ศ	◌ึ	ก	ษ	า	เ
ท	ว	พ	ช	ข	ร	ล	◌ี	ถ	ส	ข	บ	ฝ	ป
ส	◌ี	ไ	ถ	◌ี	แ	ท	ไ	จ	◌ุ	ร	อ	บ	◌็
ะ	า	◌่	ป	ย	ค	ถ	ซ	ต	ข	ภ	ร	ไ	น
ว	า	ร	อ	ว	เ	ห	เ	ห	ภ	ไ	ะ	ะ	ธ
น	◌ั	◌ำ	เ	ย	ซ	ธ	ค	ด	า	ญ	บ	ย	ร
ฉ	ฟ	ค	า	ค	◌ู	ม	◌ิ	ห	พ	ญ	บ	◌ั	ร
ฟ	ส	ไ	ข	ป	ม	◌่	ล	า	ต	ป	น	◌่	ม
ถ	จ	อ	อ	ผ	เ	◌ี	อ	พ	ญ	ไ	◌ิ	ง	ช
ข	ธ	แ	ล	ย	ล	ด	แ	า	◌ิ	ต	เ	ย	า
ภ	◌ู	ม	◌ิ	อ	า	ก	า	ศ	ศ	ษ	ว	◌ี	ต
จ	ษ	ล	ส	อ	ฉ	ด	ซ	พ	ฉ	◌ั	ศ	น	◌ิ
ข	เ	ง	เ	ะ	ห	ม	อ	อ	ธ	ฟ	ย	ะ	ล
ว	ต	ญ	า	อ	◌ิ	น	ท	ร	◌ี	ย	◌์	ท	ก

สารเคมี
ภูมิอากาศ
รอบ
ระบบนิเวศ
การศึกษา
เขียว
ที่อยู่อาศัย
สุขภาพ

เป็นธรรมชาติ
อินทรีย์
แมลง
มลพิษ
รีไซเคิล
ลด
ยั่งยืน
น้ำ

15 - Cats

บ	◌ุ	ค	ล	◌ิ	ก	ภ	า	พ	พ	า	ว	อ	เ
◌้	ภ	ง	ว	ญ	ด	ห	า	ง	ล	ม	ห	◌ิ	ส
า	ค	ห	ก	ร	ง	เ	ล	◌็	บ	อ	แ	ส	◌้
ฮ	◌ั	น	เ	ต	อ	ร	◌์	ค	ษ	ต	ด	ร	น
ะ	ท	◌ู	ต	ธ	า	า	ส	เ	เ	ธ	ค	ะ	ด
ศ	ข	ณ	ไ	ด	ย	ข	◌ี	◌้	เ	ล	◌่	น	◌้
ล	ฟ	น	อ	น	ฝ	เ	ซ	ข	ซ	ม	ง	ไ	า
ผ	ผ	ศ	◌้	ว	ต	ร	อ	า	แ	ถ	ษ	ต	ย
น	ก	ะ	ง	อ	ถ	◌็	บ	ศ	ห	ข	ษ	น	ต
เ	า	ษ	ข	ฟ	ย	ว	ป	◌่	า	ฉ	ซ	ง	ย
ต	ถ	ญ	ผ	า	ฉ	ห	ฟ	ฉ	ผ	จ	ฟ	ง	ต
ศ	ล	ล	จ	แ	พ	ฟ	ไ	แ	ด	ะ	ต	า	ป
ซ	พ	ก	ฟ	ส	เ	อ	ถ	ช	ผ	แ	ร	ญ	ผ
ะ	ย	ม	ช	ผ	ว	ซ	ะ	ไ	ศ	ว	ด	ซ	ท

กรงเล็บ
บ้า
เร็ว
ตลก
ขน
ฮันเตอร์
อิสระ
น้อย
หนู
พาว
บุคลิกภาพ
ขี้เล่น
อาย
นอน
หาง
ป่า
เส้นด้าย

16 - Numbers

ช	อ	ย	ล	ฉ	ศ	ภ	ก	ม	ท	ณ	ฉ	จ	อ
ล	ค	เ	ป	บ	ถ	ร	ช	พ	ศ	จ	ค	ไ	ญ
แ	ถ	เ	ก	ย	ถ	ภ	ษ	ศ	น	อ	ห	ะ	ท
เ	จ	◌็	ด	◌้	น	ษ	ผ	ส	◌ิ	บ	ส	า	ม
เ	ต	ค	ไ	อ	า	ณ	ก	ห	ย	ท	◌ิ	ฉ	น
ส	◌ิ	บ	แ	ป	ด	ภ	เ	◌้	ม	บ	บ	ษ	ว
◌ิ	ส	ะ	ป	ง	ส	◌ิ	บ	า	บ	ท	เ	ษ	ฟ
บ	◌ิ	◌ิ	ด	ต	◌ี	◌ิ	ศ	ว	น	แ	จ	ภ	ธ
เ	บ	ต	บ	อ	◌่	บ	บ	ต	ฟ	อ	◌็	ส	ส
ก	ส	ภ	เ	ห	ญ	ย	ข	ห	ธ	ห	ด	◌ิ	อ
◌้	◌ี	แ	ค	น	◌้	อ	น	ณ	ก	ก	ต	บ	ง
า	◌่	จ	พ	◌ึ	ไ	า	ป	ย	ผ	ไ	ก	ส	ฉ
ะ	ก	ย	◌ี	◌่	ส	◌ิ	บ	พ	ซ	เ	ฝ	อ	ก
จ	ข	ถ	เ	ง	ศ	ล	ส	า	ม	แ	า	ง	ฉ

ทศนิยม
แปด
สิบแปด
สิบห้า
ห้า
สี่
สิบสี่
เก้า
สิบเก้า
หนึ่ง
เจ็ด
สิบเจ็ด
หก
สิบหก
สิบ
สิบสาม
สาม
สิบสอง
ยี่สิบ
สอง

17 - Spices

ป	พ	ฉ	น	ข	ห	ผ	ข	◌ิ	ง	ว	ล	ผ	ท
า	ห	ด	◌ั	ญ	ญ	◌ั	อ	ท	ไ	พ	ไ	ง	ด
ป	ข	ค	ท	แ	◌้	ก	ส	บ	ซ	ฟ	น	ย	พ
ร	ฉ	ม	เ	ด	า	ช	แ	จ	เ	ร	ร	◌ี	ส
◌ิ	ธ	ข	ม	ษ	ฝ	◌ี	ษ	ง	ป	ช	ถ	◌่	โ
ก	ค	ค	◌็	ข	ร	ส	ช	า	ต	◌ิ	ย	ห	ป
◌้	ฉ	ป	ก	ห	◌ั	ห	◌ั	ว	ห	อ	ม	ร	◌๊
า	ม	ฝ	ว	ว	◌่	แ	เ	ก	ล	◌ื	อ	◌่	ย
ก	ร	ะ	ว	า	น	ก	ข	ฉ	บ	ป	ว	า	ก
ไ	ะ	ข	บ	น	ข	ง	า	ม	า	ก	ก	ต	◌ั
ก	ร	ะ	เ	ท	◌ี	ย	ม	น	ช	ซ	ต	ฉ	◌๊
เ	ฟ	น	◌ู	ก	ร	◌ี	ก	ภ	พ	ท	ท	อ	ก
ว	น	◌ิ	ล	า	ญ	ม	ว	ล	ไ	◌ู	ธ	ฝ	ผ
เ	ม	◌็	ด	ย	◌ี	◌่	ห	ร	◌่	า	ล	ณ	ค

โป๊ยกั๊ก
ขม
กระวาน
อบเชย
กานพูล
ผักชี
ผงยี่หร่า
แกง
เม็ดยี่หร่า
เฟนูกรีก
รสชาติ
กระเทียม
ขิง
นัทเม็ก
หัวหอม
ปาปริก้า
หญ้าฝรั่น
เกลือ
หวาน
วนิลา

18 - Mammals

ห	ก	า	ฟ	ถ	ก	ฝ	ฉ	ท	บ	พ	ส	แ	ด
ม	ร	ท	ฟ	◌็	อ	ก	ซ	◌์	◌ี	ล	ว	ก	ผ
า	ะ	ก	ษ	ธ	ร	ษ	ข	า	เ	◌ิ	ส	ะ	บ
ป	ต	ส	ส	ป	◌ิ	ม	ล	จ	ว	ง	ข	ถ	า
◌่	◌่	จ	ป	ง	ล	◌ั	ร	ข	อ	ค	ว	า	ฬ
า	า	แ	ม	ว	ล	า	ฟ	ห	ร	ช	◌้	า	ง
ย	ย	ษ	◌้	อ	า	ล	โ	ป	◌์	พ	ณ	พ	จ
ธ	ข	ซ	า	ห	ด	า	ม	ล	อ	ไ	ล	ค	◌ิ
ย	◌ี	ร	า	ฟ	อ	ย	ศ	ก	ม	ะ	ท	ข	ง
โ	ค	ส	ห	ม	◌ี	ะ	ฝ	ง	ภ	า	ฝ	ส	โ
ศ	ห	◌ิ	ถ	เ	ฟ	ศ	ก	ง	แ	ห	ม	า	จ
ช	ฟ	ง	ช	ว	ช	ฟ	โ	ค	โ	ย	ต	◌ี	◌้
ถ	ฉ	โ	ง	ผ	ย	ฟ	ญ	ป	บ	ะ	ป	ค	เ
ไ	ไ	ต	ท	น	ฝ	ว	ค	า	ล	ท	า	ณ	ไ

หมี
บีเวอร์
โค
แมว
โคโยตี้
หมา
ปลาโลมา
ช้าง
ฟ็อกซ์
ยีราฟ
กอริลลา
ม้า
จิงโจ้
สิงโต
ลิง
กระต่าย
แกะ
วาฬ
หมาป่า
ม้าลาย

19 - Fishing

ก	ฤ	ด	◌ู	เ	ง	ศ	ต	ต	แ	ณ	ถ	ข	ล
ถ	ไ	แ	ร	า	ร	ณ	ะ	า	ไ	เ	อ	ช	ว
ฉ	ป	ถ	จ	ษ	ย	◌ี	ข	ช	า	ย	ห	า	ด
ธ	เ	ห	ง	◌ื	อ	ก	อ	◌ั	ต	แ	ท	น	ส
ม	ห	า	ส	ม	◌ุ	ท	ร	◌่	ะ	ม	◌ำ	◌้	ด
ณ	ย	ะ	ก	ธ	น	ษ	ษ	ง	ก	◌่	อ	◌ำ	ท
ส	◌ื	ภ	ไ	ฟ	ก	◌้	พ	ม	ร	น	า	ห	ถ
ผ	◌่	ท	อ	ไ	ช	ภ	◌ำ	ษ	◌้	◌้	ห	น	บ
ป	อ	ว	ฟ	พ	ย	ผ	า	ถ	า	◌ำ	า	◌ั	ต
ภ	ซ	พ	ค	ว	า	ม	อ	ด	ท	น	ร	ก	ษ
อ	◌ุ	ป	ก	ร	ณ	◌์	ถ	ถ	ล	ฝ	ฟ	ท	เ
ด	ข	ฟ	ซ	ร	◌ี	ข	า	ก	ร	ร	ไ	ก	ร
ท	ะ	เ	ล	ส	า	บ	ธ	อ	น	า	แ	พ	จ
ป	ร	ไ	ส	ณ	ม	ไ	ะ	อ	ห	ล	ศ	ศ	ท

เหยื่อ
ตะกร้า
ชายหาด
เรือ
ทำอาหาร
อุปกรณ์
ครีบ
เหงือก
ตะขอ
ขากรรไกร
ทะเลสาบ
มหาสมุทร
ความอดทน
แม่น้ำ
ตาชั่ง
ฤดู
น้ำ
น้ำหนัก
ลวด

20 - Restaurant #1

ก	ท	ช	ภ	ด	ข	น	ม	ม	แ	เ	ผ	◌็	ด
า	ห	ส	ถ	◌ู	น	จ	ส	◌ี	ค	ม	ไ	อ	ผ
แ	ซ	ษ	ส	ณ	ม	บ	า	ด	ฟ	น	ะ	า	◌้
ฟ	อ	ถ	ค	ฟ	ป	◌ิ	ศ	น	ช	◌ู	จ	ฉ	า
น	ส	ไ	ค	ร	◌ั	ว	แ	อ	า	ห	า	ร	เ
ช	า	ม	แ	ฉ	ง	ก	า	พ	ไ	ด	เ	ภ	ช
ศ	ษ	ะ	ค	จ	ร	ฟ	ฉ	ฝ	◌้	ท	ศ	ธ	◌็
ม	ณ	ซ	ช	ไ	ก	◌่	ค	ซ	ด	แ	ด	ผ	ด
ฉ	จ	ก	เ	ภ	า	◌ิ	ซ	พ	ณ	ด	ส	ฉ	ป
ธ	พ	ไ	ช	ไ	ร	เ	น	◌ี	◌้	อ	ข	ห	า
จ	บ	ง	◌ี	ะ	จ	า	ส	ห	ต	จ	ะ	ล	ก
น	บ	ษ	ย	ย	อ	ส	◌่	ว	น	ผ	ส	ม	ต
ธ	ว	บ	ร	อ	ง	ษ	ป	ฟ	ศ	ฉ	ง	ไ	ถ
ศ	ฝ	ไ	◌์	ม	ผ	ง	เ	ณ	ญ	ญ	ต	ศ	ม

ภูมิแพ้
ชาม
ขนมปัง
แคชเชียร์
ไก่
กาแฟ
ขนม
อาหาร
ส่วนผสม
ครัว

มีด
เนื้อ
เมนู
ผ้าเช็ดปาก
จาน
การจอง
ซอส
เผ็ด
กิน

21 - Bees

ด	ว	ง	อ	า	ท	◌ิ	ต	ย	◌์	ค	ส	ท	ง
อ	อ	ง	ฟ	แ	ข	ถ	ย	ะ	ด	ว	ว	ะ	ข
ก	น	ก	ซ	ม	◌ี	ป	ไ	ศ	ธ	า	น	◌ั	แ
ไ	◌้	ฝ	พ	ล	◌้	ล	ป	ศ	ท	ม	ต	ป	น
ม	◌ำ	ค	◌ี	ง	ผ	น	ธ	ไ	ท	ห	ต	ว	อ
◌้	ผ	ท	ช	น	◌ึ	ค	ค	ง	ผ	ล	ไ	ม	◌้
ว	◌ึ	ญ	ธ	ร	◌้	ล	ว	ป	ร	า	ด	ด	ษ
ข	◌้	ภ	ฝ	ฝ	ง	ร	ไ	◌ี	ไ	ก	จ	อ	อ
ต	ง	ก	จ	จ	ข	ถ	จ	ก	น	ห	ฝ	า	น
ง	ร	ะ	บ	บ	น	◌ิ	เ	ว	ศ	ล	ะ	ฉ	ศ
อ	า	ห	า	ร	◌ั	ง	ร	ง	ว	า	ง	ฝ	น
ฝ	◌ู	ง	ฟ	อ	ษ	บ	ณ	ต	ย	ย	พ	ด	เ
ศ	ไ	ท	◌ี	◌่	อ	ย	◌ู	◌่	อ	า	ศ	◌ั	ย
เ	ป	◌็	น	ป	ร	ะ	โ	ย	ช	น	◌์	พ	น

เป็นประโยชน์
ดอก
ความหลากหลาย
ระบบนิเวศ
ดอกไม้
อาหาร
ผลไม้
สวน
ที่อยู่อาศัย
รัง
น้ำผึ้ง
แมลง
พืช
เรณู
ควีน
ควัน
ดวงอาทิตย์
ฝูง
ขี้ผึ้ง
ปีก

22 - Sports

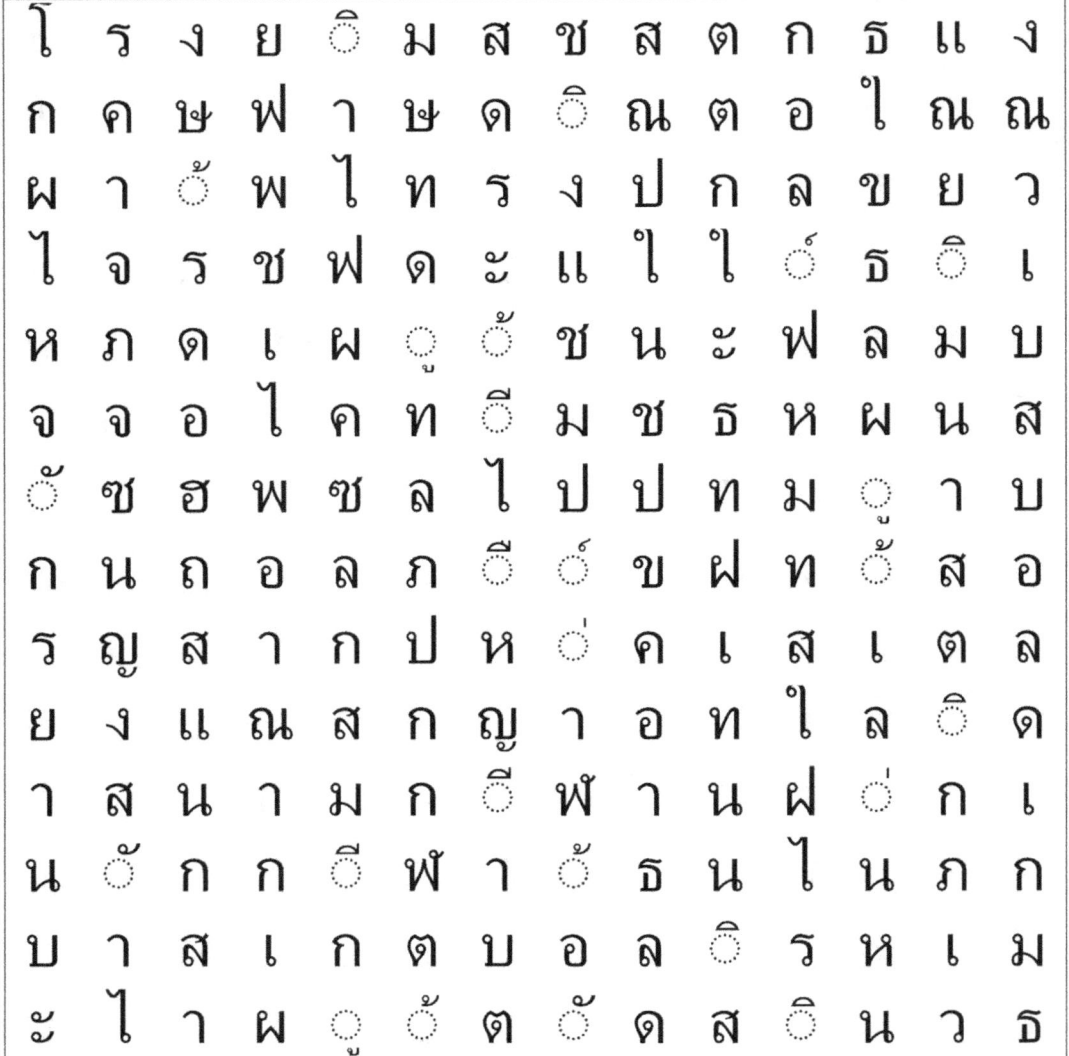

โ	ร	ง	ย	◌ิ	ม	ส	ช	ส	ต	ก	ธ	แ	ง
ก	ค	ษ	ฟ	า	ษ	ด	◌ิ	ณ	ต	อ	ไ	ณ	ณ
ผ	า	◌้	พ	ไ	ท	ร	ง	ป	ก	ล	ข	ย	ว
ไ	จ	ร	ช	ฟ	ด	ะ	แ	ไ	ไ	◌์	ธ	◌ิ	เ
ห	ภ	ด	เ	ผ	◌ู	◌้	ช	น	ะ	ฟ	ล	ม	บ
จ	จ	อ	ไ	ค	ท	◌ี	ม	ช	ธ	ห	ผ	น	ส
◌ั	ซ	ฮ	พ	ซ	ล	ไ	ป	ป	ท	ม	◌ู	า	บ
ก	น	ถ	อ	ล	ภ	◌ี	◌์	ข	ฝ	ท	◌้	ส	อ
ร	ญ	ส	า	ก	ป	ห	◌่	ค	เ	ส	เ	ต	ล
ย	ง	แ	ณ	ส	ก	ญ	า	อ	ท	ไ	ล	◌ิ	ด
า	ส	น	า	ม	ก	◌ี	ฬ	า	น	ฝ	◌่	ก	เ
น	◌ั	ก	ก	◌ี	ฬ	า	◌้	ธ	น	ไ	น	ภ	ก
บ	า	ส	เ	ก	ต	บ	อ	ล	◌ิ	ร	ห	เ	ม
ะ	ไ	า	ผ	◌ู	◌้	ต	◌ั	ด	ส	◌ิ	น	ว	ธ

นักกีฬา
เบสบอล
บาสเกตบอล
จักรยาน
ชิงแชมป์
โค้ช
เกม
กอล์ฟ
โรงยิม
ยิมนาสติก
ฮอกกี้
การเคลื่อนไหว
ผู้เล่น
ผู้ตัดสิน
สนามกีฬา
ทีม
เทนนิส
ผู้ชนะ

23 - Weather

ส	า	ย	ร	◌ุ	◌้	ง	ฟ	ณ	ว	ษ	จ	ค	ธ
ม	บ	จ	ซ	พ	ว	ร	ล	ห	ห	ง	ห	น	ม
ข	ร	ค	ล	า	ว	ด	◌์	ม	ผ	ส	ไ	ต	ส
น	ร	พ	า	ย	◌ุ	เ	ฮ	อ	ร	◌ิ	เ	ค	น
◌้	ย	ไ	า	◌ุ	ญ	ข	ร	ก	ก	ส	ท	ล	โ
◌ำ	า	ป	ไ	ท	ภ	ต	บ	ร	◌ี	ซ	◌ุ	ฝ	พ
แ	ก	ภ	ฟ	◌้	า	ร	◌้	อ	ง	ญ	แ	ม	ล
ข	า	แ	ะ	ผ	ฟ	◌้	า	ผ	◌่	า	ห	ธ	า
◌็	ศ	แ	ม	ฝ	ส	อ	ญ	จ	ผ	า	◌้	ไ	ร
ง	ซ	ข	ต	อ	พ	น	ศ	ส	พ	ว	ง	ค	◌์
ร	แ	ล	◌้	ง	ส	ภ	า	พ	อ	า	ก	า	ศ
พ	า	ย	◌ุ	ท	อ	ร	◌์	น	า	โ	ด	ธ	พ
อ	◌ุ	ณ	ห	ภ	◌ู	ม	◌ิ	พ	ร	ณ	ภ	ฝ	ไ
ฝ	ศ	ท	◌้	อ	ง	ฟ	◌้	า	ห	บ	ก	ว	บ

บรรยากาศ
บรีซ
สภาพอากาศ
คลาวด์
แล้ง
แห้ง
หมอก
พายุเฮอริเคน
น้ำแข็ง
ฟ้าผ่า
มรสุม
โพลาร์
สายรุ้ง
ท้องฟ้า
พายุ
อุณหภูมิ
ฟ้าร้อง
พายุทอร์นาโด
เขตร้อน
ลม

24 - Adventure

ป	ไ	ไ	ห	ม	◌่	ณ	น	ธ	ค	ก	ส	เ	ก
ข	ล	า	ถ	ว	จ	บ	◌่	ร	ว	า	บ	ฉ	◌ิ
ค	ว	า	ม	ง	า	ม	า	ร	า	ร	ช	ต	จ
ด	จ	อ	ย	อ	ซ	า	แ	ม	ม	เ	ส	ญ	ก
ค	อ	ต	ม	ท	ป	ค	ป	ช	ท	ด	ข	ร	ร
อ	◌ั	น	ต	ร	า	ย	ล	า	◌้	◌ิ	ศ	น	ร
น	◌ำ	ร	◌่	อ	ง	ง	ก	ต	า	น	โ	ค	ม
ผ	◌ิ	ด	ป	ก	ต	◌ิ	ไ	◌ิ	ท	ท	อ	ว	ก
ก	ย	ค	ก	ว	ฝ	บ	จ	ถ	า	า	ก	า	ง
ท	◌ั	ศ	น	ศ	◌ึ	ก	ษ	า	ย	ง	า	ม	ล
ถ	ะ	ห	ล	ไ	เ	พ	◌ื	◌่	อ	น	ส	ย	ะ
ห	พ	พ	ค	ว	า	ม	ก	ล	◌้	า	ห	า	ญ
ค	ว	า	ม	ป	ล	อ	ด	ภ	◌ั	ย	ฟ	ก	ไ
ก	า	ร	ต	ร	ะ	เ	ต	ร	◌ี	ย	ม	ห	ฉ

กิจกรรม
ความงาม
ความกล้าหาญ
ความท้าทาย
โอกาส
อันตราย
ปลายทาง
ความยาก
ทัศนศึกษา
เพื่อน
จอย
ธรรมชาติ
นำร่อง
ใหม่
การตระเตรียม
ความปลอดภัย
น่าแปลกใจ
การเดินทาง
ผิดปกติ

25 - Circus

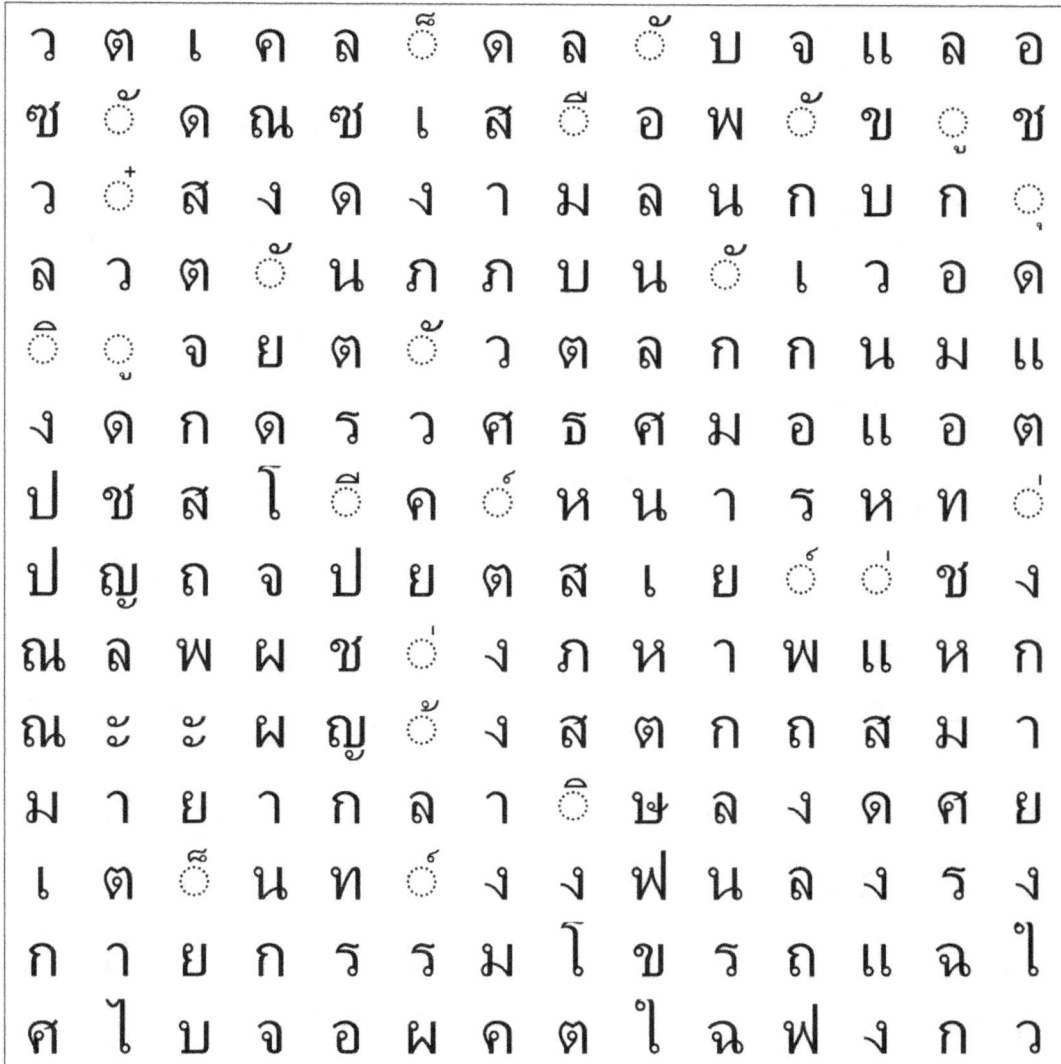

ว	ต	เ	ค	ล	◌็	ด	ล	◌ั	บ	จ	แ	ล	อ
ซ	◌ั	ด	ณ	ซ	เ	ส	◌ี	อ	พ	◌ั	ข	◌ู	ช
ว	◌๋	ส	ง	ด	ง	า	ม	ล	น	ก	บ	ก	◌ุ
ล	ว	ต	◌ั	น	ภ	ภ	บ	น	◌ั	เ	ว	อ	ด
◌ิ	◌ู	จ	ย	ต	◌ั	ว	ต	ล	ก	ก	น	ม	แ
ง	ด	ก	ด	ร	ว	ศ	ธ	ศ	ม	อ	แ	อ	ต
ป	ช	ส	โ	◌ี	ค	◌์	ห	น	า	ร	ห	ท	◌่
ป	ญ	ถ	จ	ป	ย	ต	ส	เ	ย	◌์	◌่	ช	ง
ณ	ล	พ	ผ	ช	◌่	ง	ภ	ห	า	พ	แ	ห	ก
ณ	ะ	ะ	ผ	ญ	◌้	ง	ส	ต	ก	ถ	ส	ม	า
ม	า	ย	า	ก	ล	า	◌ิ	ษ	ล	ง	ด	ศ	ย
เ	ต	◌็	น	ท	◌์	ง	ง	ฟ	น	ล	ง	ร	ง
ก	า	ย	ก	ร	ร	ม	โ	ข	ร	ถ	แ	ฉ	ไ
ศ	ไ	บ	จ	อ	ผ	ค	ต	ไ	ฉ	ฟ	ง	ก	ว

กายกรรม
สัตว์
ลูกโป่ง
ลูกอม
ตัวตลก
ชุดแต่งกาย
ช้าง
จักเกอร์
สิงโต
มายากล
นักมายากล
ลิง
ดนตรี
ขบวนแห่
แสดง
งดงาม
เต็นท์
ตั๋ว
เสือ
เคล็ดลับ

26 - Restaurant #2

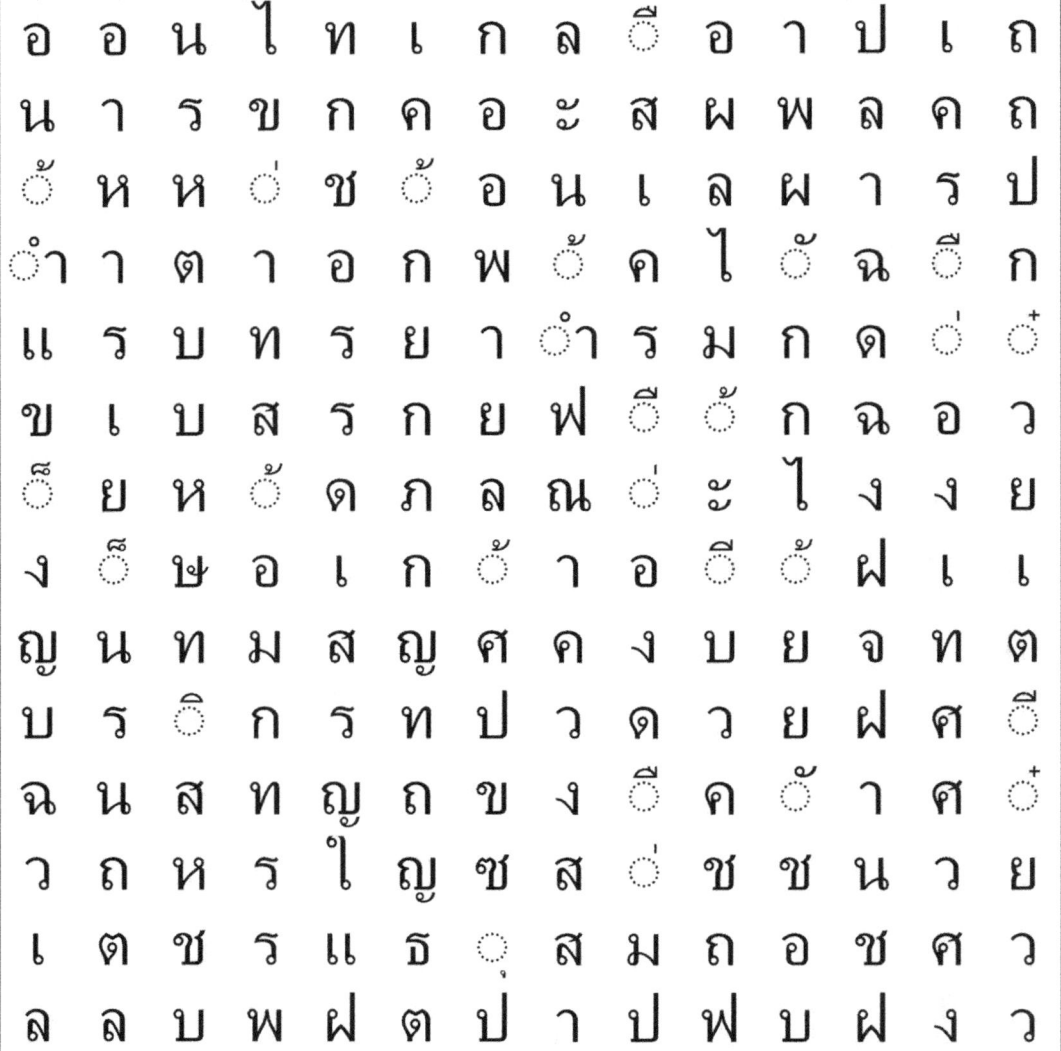

อ	อ	น	ไ	ท	เ	ก	ล	◌ื	อ	า	ป	เ	ถ
น	า	ร	ข	ก	ค	อ	ะ	ส	ผ	พ	ล	ค	ถ
◌้	ห	ห	◌่	ช	◌้	อ	น	เ	ล	ผ	า	ร	ป
◌ำ	า	ต	า	อ	ก	พ	◌้	ค	ไ	◌ั	ฉ	◌ี	ก
แ	ร	บ	ท	ร	ย	า	◌ำ	ร	ม	ก	ด	◌่	◌๋
ข	เ	บ	ส	ร	ก	ย	ฟ	◌ี	◌้	ก	ฉ	อ	ว
◌็	ย	ห	◌้	ด	ภ	ล	ณ	◌่	ะ	ไ	ง	ง	ย
ง	◌็	ษ	อ	เ	ก	◌้	า	อ	◌ี	◌้	ฝ	เ	เ
ญ	น	ท	ม	ส	ญ	ศ	ค	ง	บ	ย	จ	ท	ต
บ	ร	◌ิ	ก	ร	ท	ป	ว	ด	ว	ย	ฝ	ศ	◌ี
ฉ	น	ส	ท	ญ	ถ	ข	ง	◌ี	ค	◌ั	า	ศ	◌๋
ว	ถ	ห	ร	ใ	ญ	ซ	ส	◌่	ช	ช	น	ว	ย
เ	ต	ช	ร	แ	ธ	◌ุ	ส	ม	ถ	อ	ช	ศ	ว
ล	ล	บ	พ	ฝ	ต	ป	า	ป	ฟ	บ	ฝ	ง	ว

เครื่องดื่ม
เค้ก
เก้าอี้
อร่อย
อาหารเย็น
ไข่
ปลา
ส้อม
ผลไม้
น้ำแข็ง
อาหารกลางวัน
ก๋วยเตี๋ยว
สลัด
เกลือ
ซุป
เครื่องเทศ
ช้อน
ผัก
บริกร
น้ำ

27 - Geology

ไ	ก	เ	ซ	อ	ร	◌์	เ	ห	ท	ณ	ฉ	ง	ห
ป	ท	ว	◌ี	ป	◌่	บ	ก	◌ิ	◌ี	ช	พ	ภ	◌ิ
ไ	ะ	ห	จ	เ	อ	ง	ล	น	◌่	ส	ว	ด	น
ค	ง	ก	ผ	ซ	น	ภ	◌ื	แ	ร	ข	ฝ	ด	ย
ว	ร	ล	า	ว	า	ร	อ	ร	า	ร	อ	บ	◌้
อ	เ	◌ิ	ย	ร	ห	า	ษ	◌่	บ	จ	ส	ฉ	อ
ท	ศ	ฟ	ส	ช	◌ั	◌้	น	ธ	ส	ก	แ	ร	ย
ซ	ต	ญ	พ	ต	เ	ง	า	า	◌ู	ร	ฉ	ซ	ห
◌์	น	ส	ซ	ก	◌ั	จ	ณ	ต	ง	ด	ด	ไ	ท
ฟ	อ	ส	ซ	◌ิ	ล	ล	ถ	◌ุ	ฝ	น	า	ช	ห
แ	ค	ล	เ	ซ	◌ี	ย	ม	ค	ฉ	ล	ฉ	ฟ	ส
ภ	◌ู	เ	ข	า	ไ	ฟ	ค	ถ	ฟ	ศ	ล	ต	ซ
า	จ	จ	อ	พ	ร	ผ	ษ	ษ	◌้	ล	ณ	เ	ช
แ	ผ	◌่	น	ด	◌ิ	น	ไ	ห	ว	◌ำ	ล	ภ	ต

กรด
แคลเซียม
ถ้ำ
ทวีป
ปะการัง
คริสตัล
รอบ
แผ่นดินไหว
ร่อน
ฟอสซิล
ไกเซอร์
ลาวา
ชั้น
แร่ธาตุ
ที่ราบสูง
ควอทซ์
เกลือ
หินย้อย
หิน
ภูเขาไฟ

28 - House

ค	ญ	ฟ	ภ	ร	ะ	า	ไ	ศ	ษ	ด	ง	ป	อ
ร	◌ี	ผ	น	◌ั	ง	ข	ซ	พ	◌ี	◌้	น	ร	น
◌ั	ษ	ย	ค	ฟ	พ	ถ	ษ	ร	ย	ถ	ย	ะ	ฟ
ว	ภ	ย	◌์	โ	ค	ม	ไ	ฟ	ศ	ช	ด	ต	ฉ
เ	ฟ	อ	ร	◌์	น	◌ิ	เ	จ	อ	ร	◌์	◌ู	บ
ไ	จ	ซ	◌ั	อ	ไ	ถ	ต	ห	ฝ	ด	ค	ด	เ
ณ	น	ผ	◌้	า	ม	◌่	า	น	ล	ม	ว	ณ	ณ
โ	พ	เ	ว	บ	◌้	า	ผ	เ	น	◌ั	ซ	ช	ช
ง	ร	จ	ส	น	ก	ธ	◌ิ	ภ	า	ธ	ง	ณ	ก
ฝ	ภ	ง	ห	◌้	ว	ง	ง	จ	ง	ช	แ	ค	ข
ญ	ข	ค	ร	◌ำ	า	ฝ	ว	ม	ฉ	ผ	ห	ง	า
ถ	ท	ถ	ส	ถ	ด	ห	◌้	อ	ง	ส	ม	◌ุ	ด
ผ	ห	น	◌้	า	ต	◌่	า	ง	เ	ว	จ	ข	ช
ก	ร	ะ	จ	ก	ห	◌้	อ	ง	ผ	น	ว	ต	ซ

ไม้กวาด
ผ้าม่าน
ประตู
รั้ว
เตาผิง
พื้น
เฟอร์นิเจอร์
โรงรถ
สวน
คีย์
ครัว
โคมไฟ
ห้องสมุด
กระจก
หลังคา
ห้อง
อาบน้ำ
ผนัง
หน้าต่าง

29 - Comedy

ป	ผ	ป	เ	ต	ล	ก	ข	ถ	ภ	แ	โ	ง	ไ
ต	ร	◌ู	ไ	ส	ฉ	ล	า	ด	ท	ส	ท	ะ	ก
ป	ฟ	ะ	◌้	ส	◌ี	ส	ะ	เ	ธ	ด	ร	ง	ป
ข	ณ	จ	เ	ช	อ	ย	แ	จ	ฟ	ง	ท	จ	จ
ล	ณ	ท	า	ภ	ม	ง	ง	ไ	อ	อ	◌ั	ญ	ษ
◌ั	ฉ	ห	ธ	ไ	ท	บ	ช	ป	า	อ	ศ	แ	ก
อ	ย	บ	ด	อ	ส	ง	อ	ห	ร	ก	น	ถ	น
เ	ป	ข	ซ	ว	น	ซ	ข	ป	ม	บ	◌์	บ	ล
ล	ช	ว	อ	บ	◌ุ	ธ	ห	ถ	ณ	บ	ม	ฉ	า
◌ี	ธ	ฝ	ท	ด	ก	ฟ	ก	บ	◌์	ศ	ล	◌ี	ส
ย	ต	◌ั	ว	ต	ล	ก	ไ	ด	ข	ธ	ไ	ธ	อ
น	◌ั	ก	แ	ส	ด	ง	จ	ฝ	◌ั	ด	ซ	พ	ท
เ	ร	◌ื	◌่	อ	ง	ต	ล	ก	น	ช	ค	อ	ก
ย	น	◌ั	ก	แ	ส	ด	ง	ห	ญ	◌ิ	ง	ด	ไ

นักแสดง   สนุก
นักแสดงหญิง   ตลก
เสียงปรบมือ   ประเภท
ผู้ชม   อารมณ์ขัน
ฉลาด   เรื่องตลก
ตัวตลก   ล้อเลียน
แสดงออก   โทรทัศน์

30 - School #1

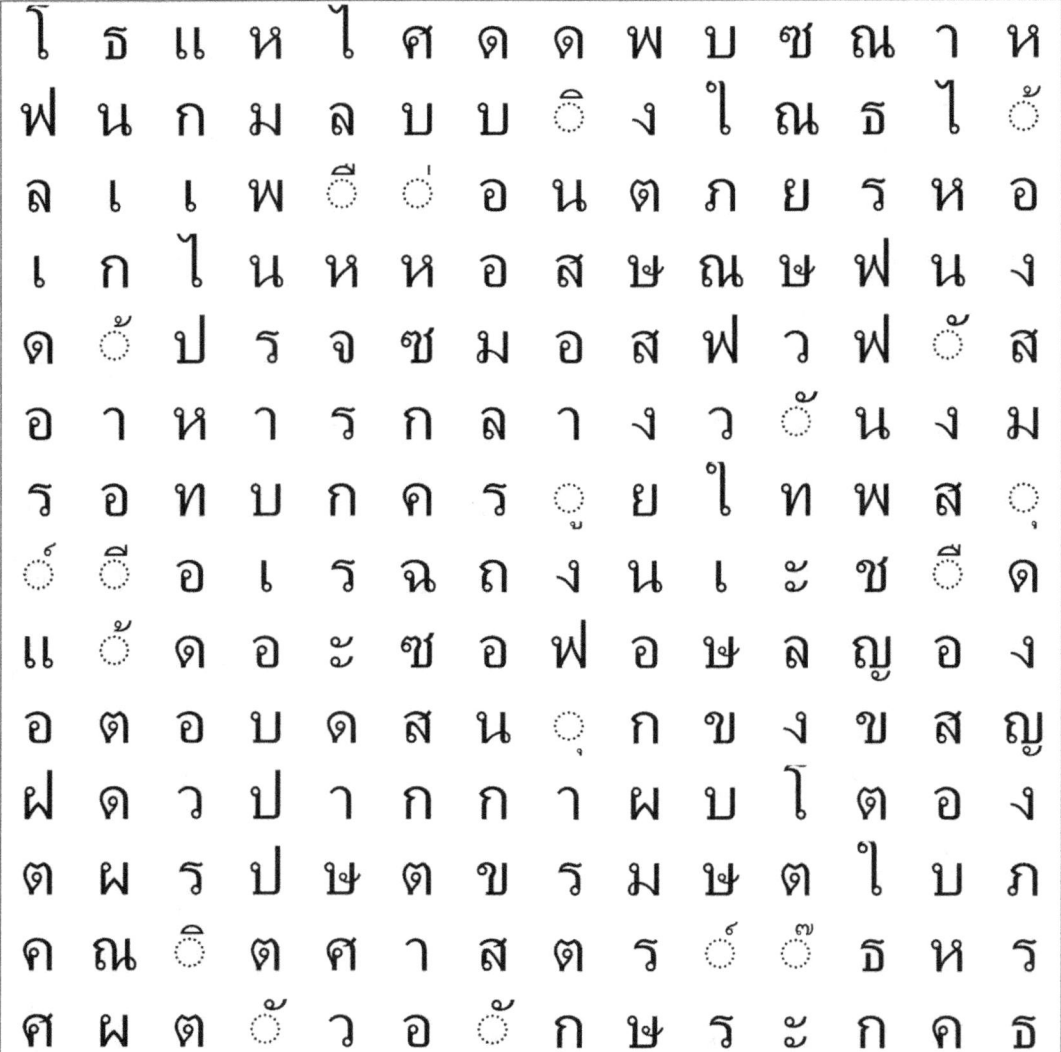

โ	ธ	แ	ห	ไ	ศ	ด	ด	พ	บ	ซ	ณ	า	ห
ฟ	น	ก	ม	ล	บ	บ	◌ิ	ง	ไ	ณ	ธ	ไ	◌้
ล	เ	เ	พ	◌ี	◌่	อ	น	ต	ภ	ย	ร	ห	อ
เ	ก	ไ	น	ห	ห	อ	ส	ษ	ณ	ษ	ฟ	น	ง
ด	◌้	ป	ร	จ	ซ	ม	อ	ส	ฟ	ว	ฟ	◌ั	ส
อ	า	ห	า	ร	ก	ล	า	ง	ว	◌ั	น	ง	ม
ร	อ	ท	บ	ก	ค	ร	◌ู	ย	ไ	ท	พ	ส	◌ุ
◌์	◌ี	อ	เ	ร	ฉ	ถ	ง	น	เ	ะ	ช	◌ื	ด
แ	◌้	ด	อ	ะ	ซ	อ	ฟ	อ	ษ	ล	ญ	อ	ง
อ	ต	อ	บ	ด	ส	น	◌ุ	ก	ข	ง	ข	ส	ญ
ฝ	ด	ว	ป	า	ก	ก	า	ผ	บ	โ	ต	อ	ง
ต	ผ	ร	ป	ษ	ต	ข	ร	ม	ษ	ต	ไ	บ	ภ
ค	ณ	◌ิ	ต	ศ	า	ส	ต	ร	◌์	◌๊	ธ	ห	ร
ศ	ผ	ต	◌ั	ว	อ	◌ั	ก	ษ	ร	ะ	ก	ค	ธ

ตัวอักษร
ตอบ
หนังสือ
เก้าอี้
โต๊ะ
สอบ
โฟลเดอร์
เพื่อน
สนุก
ห้องสมุด
อาหารกลางวัน
คณิตศาสตร์
หมายเลข
กระดาษ
ดินสอ
ปากกา
ครู

31 - Dance

ก	ค	ะ	ด	ญ	ถ	ป	ไ	ผ	ด	ฟ	ญ	ฝ	จ
ก	ร	ล	จ	◌ั	อ	ห	◌ุ	◌้	น	ส	◌่	ว	น
า	บ	ะ	า	ต	◌้	ภ	แ	ภ	ต	ไ	ซ	ว	ร
ร	ต	ฉ	โ	ส	ภ	ง	ส	า	ร	ธ	ก	◌ั	◌่
เ	ะ	ฉ	น	ด	ส	า	เ	พ	◌ี	ฟ	ญ	ฒ	า
ค	ข	ม	ท	ณ	ด	◌ิ	บ	ด	ม	ณ	จ	น	ง
ล	อ	า	ร	ม	ณ	◌์	ก	ข	◌ิ	ผ	◌ั	ธ	ก
◌ี	ฟ	ค	ห	ป	ะ	เ	ก	ร	ซ	ม	ง	ร	า
◌่	ศ	◌ิ	ล	ป	ะ	ส	า	ะ	◌้	ญ	ห	ร	ย
อ	ท	◌่	า	ท	า	ง	ญ	า	อ	ล	ว	ม	ณ
น	ญ	น	ไ	น	ณ	ไ	ศ	ห	ม	ศ	ะ	ข	แ
ไ	ศ	ว	ณ	ญ	ฟ	ด	ไ	ป	ก	ไ	ย	ษ	ด
ห	แ	ส	ด	ง	อ	อ	ก	น	ง	ข	ว	แ	ล
ว	ล	ข	ไ	ย	ง	ค	ศ	ต	ค	ล	ค	บ	ศ

ศิลปะ
ร่างกาย
คลาสสิก
วัฒนธรรม
อารมณ์
แสดงออก
เกรซ
กระโดด
การเคลื่อนไหว
ดนตรี
หุ้นส่วน
ท่าทาง
ซ้อม
จังหวะ
ดั้งเดิม
ภาพ

32 - Colors

ส	ซ	ย	ต	ฟ	ผ	ส	ส	◌ี	ฟ	◌้	า	ส	ณ
เ	◌ี	ช	ร	ป	ป	ไ	◌ี	ท	ด	จ	ม	ค	ภ
เ	เ	ม	ะ	แ	บ	ซ	ม	ค	เ	ฟ	เ	ฝ	ภ
บ	ป	พ	◌่	ฟ	แ	ญ	◌่	ห	ร	ไ	ฝ	ท	ง
จ	◌ี	◌ู	ษ	ว	ด	ง	ว	ส	ส	า	ต	อ	า
ต	ย	ศ	จ	ส	ง	ไ	ง	◌ี	◌ี	ษ	ม	ห	ข
ฟ	◌ู	เ	ช	◌ี	ย	แ	เ	แ	น	แ	ฝ	ป	า
น	ไ	ป	บ	ด	อ	ฝ	ด	ด	◌้	ล	จ	ไ	ว
ส	◌ี	น	◌้	◌ำ	ต	า	ล	ง	◌ำ	ล	เ	ธ	ล
ส	◌ี	เ	ห	ล	◌ื	อ	ง	เ	เ	ข	◌ี	ย	ว
ช	ด	ก	ซ	เ	ช	ธ	ม	ข	ง	ซ	า	ด	ด
ษ	ย	ส	◌้	ม	ญ	อ	ษ	◌้	◌ิ	จ	ม	ส	ป
อ	ห	ษ	ซ	ว	ก	ฟ	ผ	ม	น	อ	ร	ค	ต
ก	ง	ง	ษ	บ	ธ	า	อ	ร	จ	ย	ส	จ	ย

เบจ
สีดำ
สีน้ำเงิน
สีน้ำตาล
สีแดงเข้ม
สีฟ้า
ฟูเชีย
เขียว
เทา
คราม
สีม่วงแดง
ส้ม
ชมพู
สีม่วง
แดง
ซีเปีย
ขาว
สีเหลือง

33 - Climbing

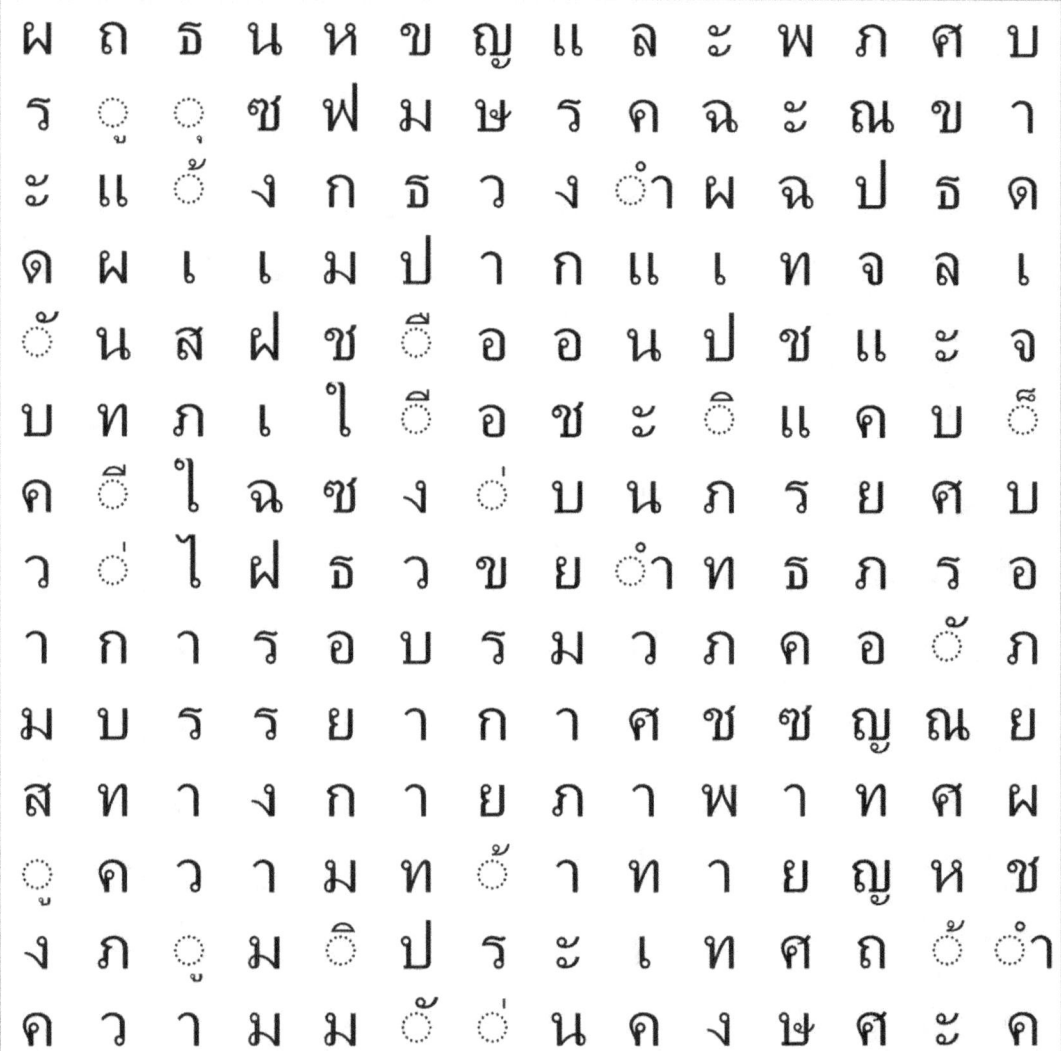

ผ	ถ	ธ	น	ห	ข	ญ	แ	ล	ะ	พ	ภ	ศ	บ
ร	◌ู	◌ุ	ซ	ฟ	ม	ษ	ร	ค	ฉ	ะ	ณ	ข	า
ะ	แ	◌้	ง	ก	ธ	ว	ง	◌ำ	ผ	ฉ	ป	ธ	ด
ด	ผ	เ	เ	ม	ป	า	ก	แ	เ	ท	จ	ล	เ
◌ั	น	ส	ฝ	ช	◌ี	อ	อ	น	ป	ช	แ	ะ	จ
บ	ท	ภ	เ	ไ	◌ี	อ	ช	ะ	◌ิ	แ	ค	บ	◌็
ค	◌ี	ไ	ฉ	ซ	ง	◌่	บ	น	ภ	ร	ย	ศ	บ
ว	◌่	ไ	ฝ	ธ	ว	ข	ย	◌ำ	ท	ธ	ภ	ร	อ
า	ก	า	ร	อ	บ	ร	ม	ว	ภ	ค	อ	◌ั	ภ
ม	บ	ร	ร	ย	า	ก	า	ศ	ช	ซ	ญ	ณ	ย
ส	ท	า	ง	ก	า	ย	ภ	า	พ	า	ท	ศ	ผ
◌ู	ค	ว	า	ม	ท	◌้	า	ท	า	ย	ญ	ห	ช
ง	ภ	◌ู	ม	◌ิ	ป	ร	ะ	เ	ท	ศ	ถ	◌้	◌ำ
ค	ว	า	ม	ม	◌ั	◌่	น	ค	ง	ษ	ศ	ะ	ค

ระดับความสูง
บรรยากาศ
ถ้ำ
ความท้าทาย
ผู้เชี่ยวชาญ
ถุงมือ
คำแนะนำ
หมวกนิรภัย
บาดเจ็บ
แผนที่
แคบ
ทางกายภาพ
ความมั่นคง
แรง
ภูมิประเทศ
การอบรม

34 - Scientific Disciplines

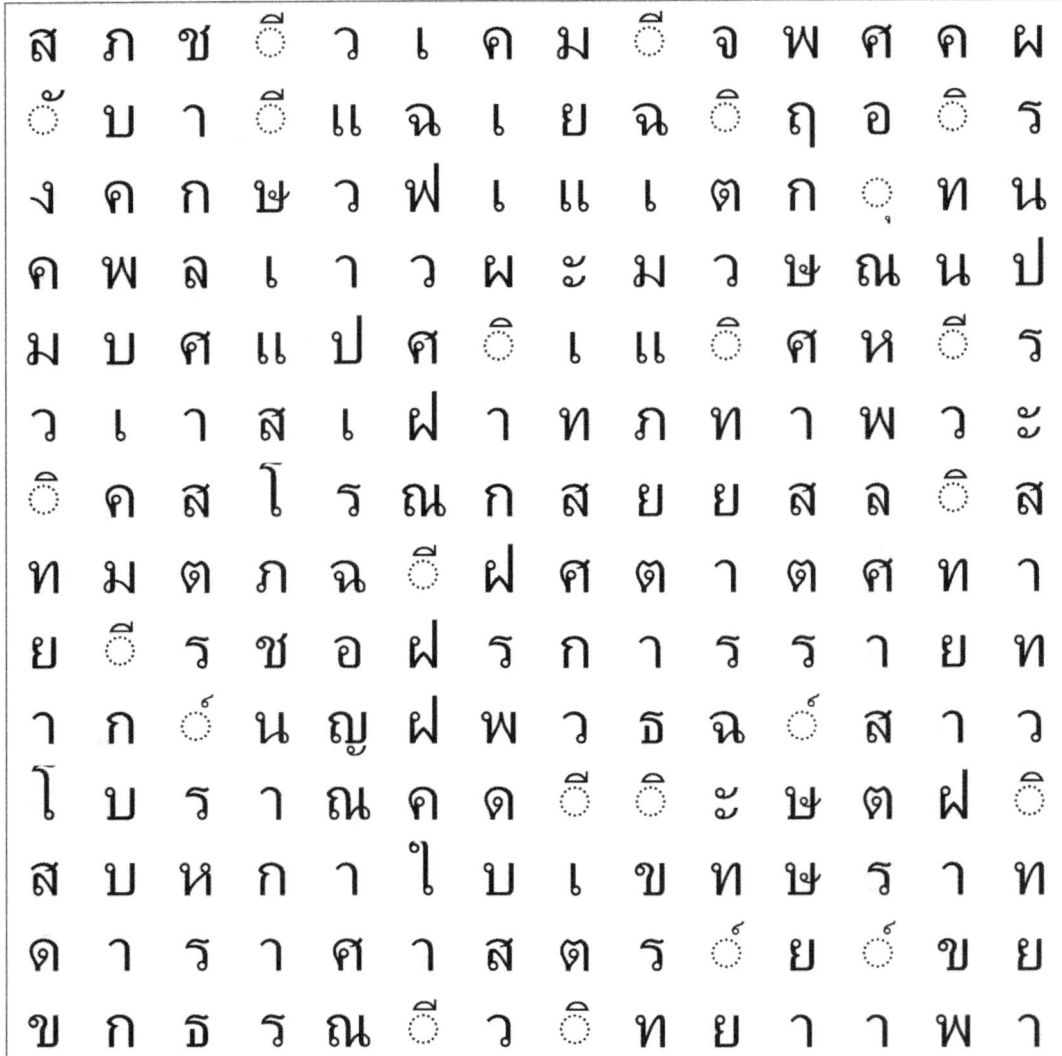

ส	ภ	ช	◌ี	ว	เ	ค	ม	◌ี	จ	พ	ศ	ค	ผ
◌ั	บ	า	◌ี	แ	ฉ	เ	ย	ฉ	◌ิ	ฤ	อ	◌ิ	ร
ง	ค	ก	ษ	ว	ฟ	เ	แ	เ	ต	ก	◌ุ	ท	น
ค	พ	ล	เ	า	ว	ผ	ะ	ม	ว	ษ	ณ	น	ป
ม	บ	ศ	แ	ป	ศ	◌ิ	เ	แ	◌ิ	ศ	ห	◌ี	ร
ว	เ	า	ส	เ	ฝ	า	ท	ภ	ท	า	พ	ว	ะ
◌ิ	ค	ส	โ	ร	ณ	ก	ส	ย	ย	ส	ล	◌ิ	ส
ท	ม	ต	ภ	ฉ	◌ี	ฝ	ศ	ต	า	ต	ศ	ท	า
ย	◌ี	ร	ช	อ	ฝ	ร	ก	า	ร	ร	า	ย	ท
า	ก	◌์	น	ญ	ฝ	พ	ว	ธ	ฉ	◌์	ส	า	ว
โ	บ	ร	า	ณ	ค	ด	◌ี	◌ิ	ะ	ษ	ต	ฝ	◌ิ
ส	บ	ห	ก	า	ไ	บ	เ	ข	ท	ษ	ร	า	ท
ด	า	ร	า	ศ	า	ส	ต	ร	◌์	ย	◌์	ข	ย
ข	ก	ธ	ร	ณ	◌ี	ว	◌ิ	ท	ย	า	า	พ	า

โบราณคดี
ดาราศาสตร์
ชีวเคมี
ชีววิทยา
พฤกษศาสตร์
เคมี
ธรณีวิทยา
คิทนีวิทยา
ภาษาศาสตร์
กลศาสตร์
ประสาทวิทยา
โภชนาการ
สรีรวิทยา
จิตวิทยา
สังคมวิทยา
อุณหพลศาสตร์

35 - School #2

ง	ฟ	ก	ร	ร	ไ	ก	ร	า	ท	ด	บ	ว	ซ
ผ	ฝ	ย	า	ง	ล	บ	เ	ป	ฏ	ิ	ท	ิ	น
ญ	ผ	ถ	ง	ร	ณ	ช	ะ	แ	ะ	น	ห	ท	ห
จ	ไ	ห	เ	ส	บ	ี	ย	ง	ส	ส	น	ย	้
จ	ว	ล	ก	ะ	ฝ	้	ย	พ	ร	อ	ั	า	อ
ะ	ย	ข	ม	ค	ร	ู	า	จ	ถ	ล	ง	ศ	ง
ก	า	ร	ศ	ึ	ก	ษ	า	น	เ	ล	ส	า	ส
ิ	ก	ร	ะ	ด	า	ษ	ต	า	ม	ฟ	ื	ส	ม
จ	ร	ณ	เ	พ	ื	่	อ	น	ล	ส	อ	ต	ฺ
ก	ณ	ง	แ	ย	ญ	ไ	ธ	ฺ	์	ช	ล	ร	ด
ร	์	ย	ล	ว	ร	ร	ณ	ก	ร	ร	ม	์	จ
ร	ม	ธ	ผ	ช	ร	ย	พ	ร	อ	า	ก	ค	ต
ม	ส	ค	ค	ท	ง	ณ	ช	ม	ส	ฉ	ภ	บ	บ
ค	อ	ม	พ	ิ	ว	เ	ต	อ	ร	์	ผ	ป	เ

กิจกรรม ไวยากรณ์
หนังสือ การบ้าน
รถเมล์ ห้องสมุด
ปฏิทิน วรรณกรรม
คอมพิวเตอร์ กระดาษ
พจนานุกรม ดินสอ
การศึกษา วิทยาศาสตร์
ยางลบ กรรไกร
เพื่อน เสบียง
เกม ครู

36 - Science

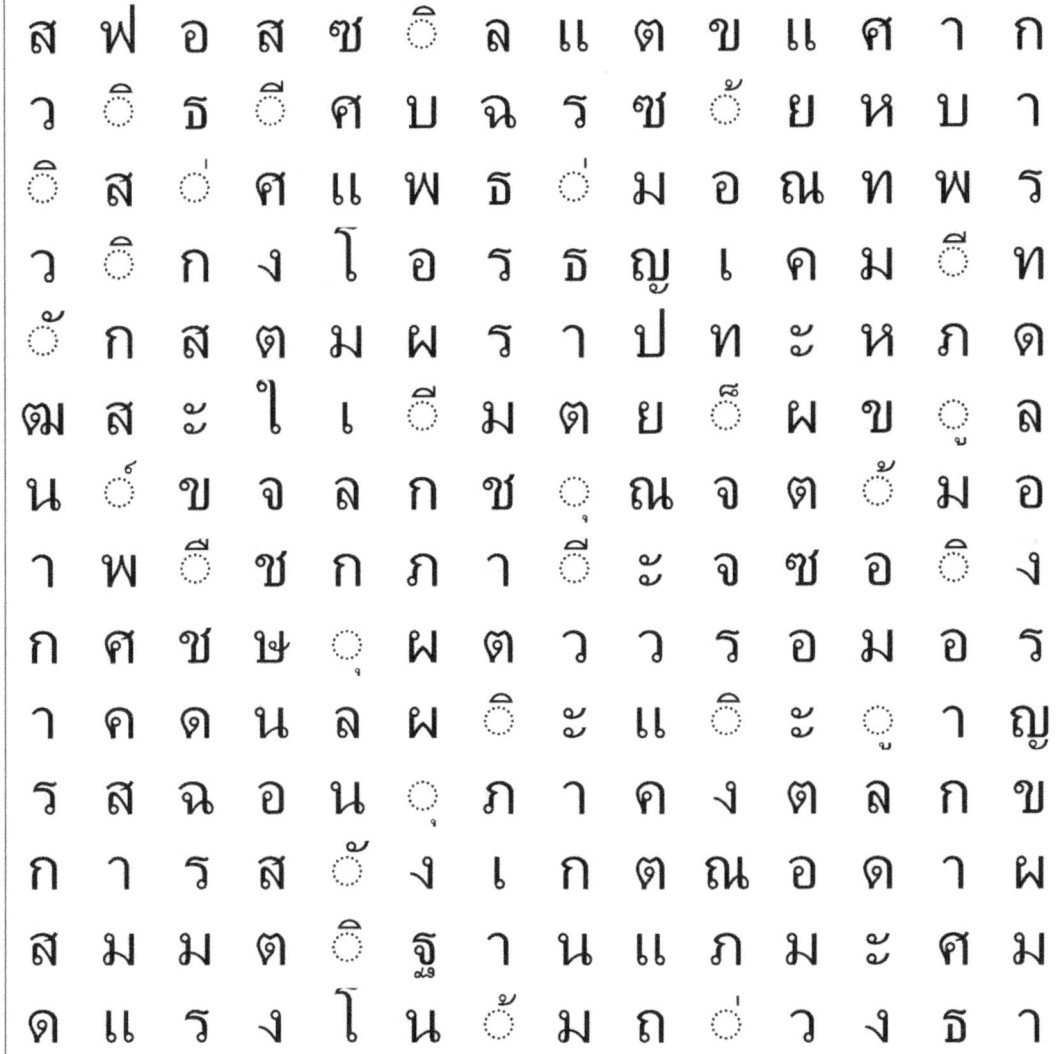

ส	ฟ	อ	ส	ซ	◌ิ	ล	แ	ต	ข	แ	ศ	า	ก
ว	◌ิ	ธ	◌ี	ศ	บ	ฉ	ร	ซ	◌ั	ย	ห	บ	า
◌ิ	ส	◌่	ศ	แ	พ	ธ	◌่	ม	อ	ณ	ท	พ	ร
ว	◌ิ	ก	ง	โ	อ	ร	ธ	ญ	เ	ค	ม	◌ี	ท
◌ั	ก	ส	ต	ม	ผ	ร	า	ป	ท	ะ	ห	ภ	ด
ฒ	ส	ะ	ไ	เ	◌ี	ม	ต	ย	◌็	ผ	ข	◌ู	ล
น	◌์	ข	จ	ล	ก	ช	◌ุ	ณ	จ	ต	◌้	ม	อ
า	พ	◌ี	ช	ก	ภ	า	◌ี	ะ	จ	ซ	อ	◌ิ	ง
ก	ศ	ช	ษ	◌ุ	ผ	ต	ว	ว	ร	อ	ม	อ	ร
า	ค	ด	น	ล	ผ	◌ิ	ะ	แ	◌ิ	ะ	◌ู	า	ญ
ร	ส	ฉ	อ	น	◌ุ	ภ	า	ค	ง	ต	ล	ก	ข
ก	า	ร	ส	◌ั	ง	เ	ก	ต	ณ	อ	ด	า	ผ
ส	ม	ม	ต	◌ิ	ฐ	า	น	แ	ภ	ม	ะ	ศ	ม
ด	แ	ร	ง	โ	น	◌้	ม	ถ	◌่	ว	ง	ธ	า

อะตอม
เคมี
ภูมิอากาศ
ข้อมูล
วิวัฒนาการ
การทดลอง
ข้อเท็จจริง
ฟอสซิล
แรงโน้มถ่วง
สมมติฐาน
วิธี
แร่ธาตุ
โมเลกุล
ธรรมชาติ
การสังเกต
สิ่งมีชีวิต
อนุภาค
ฟิสิกส์
พืช

37 - To Fill

อ	ล	ห	◌่	อ	ฟ	ห	แ	ถ	ต	ฟ	ก	ท	ศ
ถ	◌่	ณ	ก	พ	ไ	ผ	จ	◌ุ	ะ	ถ	ธ	ค	า
ร	ย	า	ม	ร	ญ	อ	ก	ง	ก	ร	ถ	ว	ท
ฉ	ญ	ภ	ง	ญ	ะ	ต	◌ั	บ	ร	ม	แ	ณ	พ
ก	ล	◌่	อ	ง	ถ	เ	น	ษ	◌้	น	ห	ธ	พ
พ	ป	ษ	ป	ล	ป	ง	ป	แ	า	ท	น	ภ	ล
ญ	โ	ผ	ห	ฝ	เ	ส	อ	◌๋	ค	ข	ษ	พ	ข
ณ	ฟ	ษ	ล	ถ	พ	อ	ไ	ข	า	ะ	พ	ล	ม
ก	ล	◌่	อ	ง	ก	ร	ะ	ด	า	ษ	ซ	◌ิ	ด
ฉ	เ	ข	ด	อ	◌่	า	ง	อ	า	บ	น	◌้	◌ำ
ช	ด	ฝ	ว	ถ	◌ั	ง	ร	บ	ผ	ว	ท	น	แ
ซ	อ	ง	จ	ด	ห	ม	า	ย	ล	◌ั	ง	ช	ม
บ	ร	ง	ซ	ฝ	อ	น	ณ	ฟ	ส	ฉ	ก	◌ั	พ
ฟ	◌์	ถ	า	ด	บ	า	ร	◌์	เ	ร	ล	ก	ต

ถุง
บาร์เรล
อ่าง
ตะกร้า
ขวด
กล่อง
ถัง
กล่องกระดาษ
ลัง
ลิ้นชัก
ซองจดหมาย
โฟลเดอร์
ห่อ
กระเป๋า
ถาด
อ่างอาบน้ำ
หลอด
แจกัน

38 - Summer

ว	ร	ค	ข	ฟ	ณ	เ	ม	ต	ส	ซ	อ	พ	น
◌ั	อ	ร	ว	ช	อ	ถ	ว	ร	ว	ธ	า	ญ	ต
น	ง	อ	ห	า	เ	ษ	ล	ล	น	ฟ	ห	เ	ส
ห	เ	บ	ส	ย	ม	ย	ร	จ	า	ไ	า	แ	า
ย	ท	ค	ผ	ห	ร	ท	ะ	เ	ล	ว	ร	แ	ห
◌ุ	◌้	ร	บ	า	ล	ม	ร	ไ	ข	เ	◌่	ด	น
ด	า	◌ั	ผ	ด	า	ธ	ผ	ง	ก	ษ	ด	า	◌ั
ค	แ	ว	ร	◌่	ฉ	ง	เ	ต	จ	แ	◌ำ	า	ง
ะ	ต	ษ	ศ	ผ	อ	ด	า	ว	อ	◌ำ	น	จ	ส
เ	ะ	ฉ	จ	ไ	ค	น	ล	ย	ย	า	◌้	ท	◌ี
เ	พ	◌ี	◌่	อ	น	ต	ค	เ	ก	ม	◌ำ	อ	อ
ภ	ฟ	ไ	ต	ก	ม	ร	ม	ล	ช	ข	ส	บ	ส
ก	ค	บ	◌้	า	น	◌ี	ล	ฉ	า	ไ	ถ	ะ	อ
ธ	ห	เ	ด	◌ิ	น	ท	า	ง	ล	ย	ฟ	ฝ	อ

ชายหาด
หนังสือ
ดำน้ำ
ครอบครัว
อาหาร
เพื่อน
เกม
สวน
บ้าน
จอย
เวลาว่าง
ความทรงจำ
ดนตรี
ผ่อนคลาย
รองเท้าแตะ
ทะเล
ดาว
เดินทาง
วันหยุด

39 - Clothes

ภ	ด	ก	ท	ถ	จ	ษ	น	แ	เ	เ	ส	อ	ก
จ	ช	บ	ช	◌ุ	ด	ห	น	จ	ส	ข	ร	ย	า
ก	ณ	เ	ฟ	ง	ช	ม	ห	◌็	◌ื	◌็	◌้	ธ	ง
ฝ	ร	ซ	ส	ม	ข	ว	ฝ	ค	◌้	ม	อ	ส	เ
ช	อ	ะ	ร	◌ื	อ	ก	ร	เ	อ	ข	ย	ร	ก
◌ุ	ง	ต	โ	อ	◌้	บ	ฉ	ก	ค	◌ั	ค	◌้	ง
ด	เ	ไ	ท	ป	ผ	อ	ด	◌็	ล	ด	อ	อ	ถ
น	ท	ณ	ะ	ไ	ร	◌้	โ	ต	◌ุ	ฉ	ล	ย	◌ุ
อ	◌้	ม	ษ	ญ	ร	ง	า	ค	ม	ค	ภ	ข	ง
น	า	เ	ส	◌ื	◌้	อ	ย	พ	◌้	ถ	ช	◌้	เ
ซ	แ	ร	อ	ง	เ	ท	◌้	า	◌ั	ท	ไ	อ	ท
จ	ต	ว	า	ค	แ	ฟ	ช	◌ั	◌่	น	ฝ	ม	◌้
อ	ะ	ย	◌ี	น	ส	◌์	บ	ภ	ฝ	ภ	ค	◌ื	า
พ	ศ	ผ	◌้	า	ก	◌ั	น	เ	ป	◌ื	◌้	อ	น

ผ้ากันเปื้อน
เข็มขัด
สร้อยข้อมือ
เสื้อโค้ท
ชุด
แฟชั่น
ถุงมือ
หมวก
แจ็คเก็ต
ยีนส์
สร้อยคอ
ชุดนอน
กางเกง
รองเท้าแตะ
ผ้าพันคอ
เสื้อ
รองเท้า
กระโปรง
ถุงเท้า
เสื้อคลุม

40 - Dogs

ส	เ	น	อ	จ	ฉ	ห	ธ	ท	ไ	ธ	ห	ส	ไ
ห	ะ	ช	า	ค	ฝ	ไ	ป	ซ	ก	ย	ด	◌ั	ค
า	ข	ฝ	◌ี	ต	ฝ	ฝ	ร	ส	า	จ	◌ี	ต	ซ
ย	ส	ผ	ณ	◌่	ว	ล	ภ	า	ร	น	◌้	ว	◌ี
จ	ภ	แ	ถ	ญ	อ	ห	ถ	ย	อ	ล	อ	◌์	◌่
น	ช	ก	เ	ไ	อ	ฟ	ภ	จ	บ	เ	ป	เ	อ
ร	ช	ภ	ธ	ซ	ธ	ญ	◌ั	◌ู	ร	ล	บ	ล	ส
อ	◌่	อ	น	โ	ย	น	ไ	ง	ม	◌็	ถ	◌ี	◌ั
ข	น	ย	า	ว	ฉ	ห	ล	ห	ธ	ก	ค	◌้	ต
เ	ป	◌็	น	ม	◌ิ	ต	ร	◌ู	ญ	จ	ท	ย	ย
ว	ป	ส	น	◌ุ	ก	ธ	ม	ผ	ก	◌่	ท	ง	◌์
ถ	ฝ	พ	ถ	ก	ร	ะ	ด	◌ู	ก	ห	ป	จ	ถ
น	ม	เ	ด	ช	ข	ฉ	ด	ษ	ภ	จ	ม	ร	ผ
ศ	ก	ก	ธ	ถ	ส	◌ั	ญ	ช	า	ต	ญ	า	ณ

ใหญ่
กระดูก
สหาย
เป็นมิตร
สนุก
ขนยาว
อ่อนโยน
สัญชาตญาณ

สายจูง
ซื่อสัตย์
เชื่อฟัง
สัตว์เลี้ยง
ลูกหมา
เล็ก
ดื้อ
การอบรม

41 - Insects

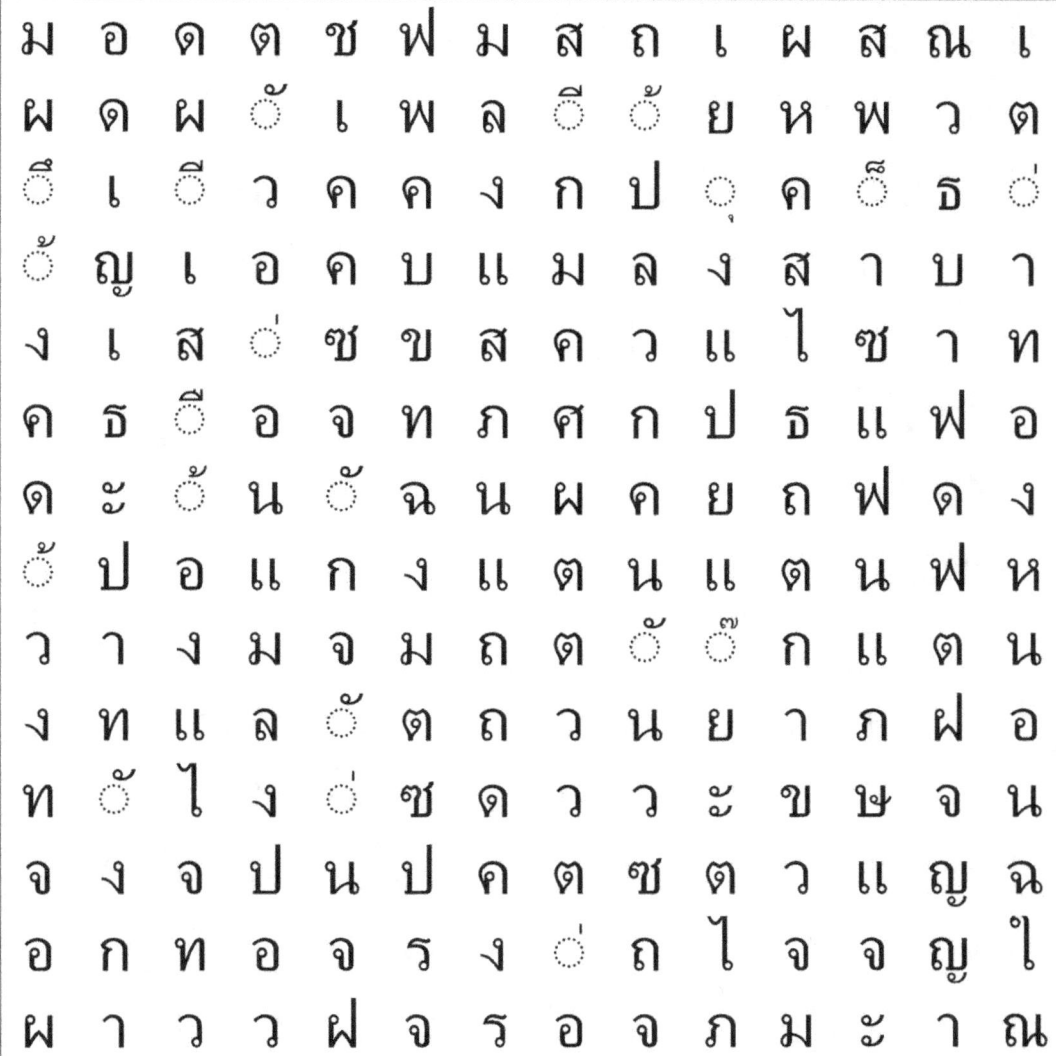

ม	อ	ด	ต	ช	ฟ	ม	ส	ถ	เ	ผ	ส	ณ	เ
ผ	ด	ผ	◌ั	เ	พ	ล	◌ี	◌้	ย	ห	พ	ว	ต
◌ึ	เ	◌ี	ว	ค	ค	ง	ก	ป	◌ุ	ค	◌็	ธ	◌่
◌้	ญ	เ	อ	ค	บ	แ	ม	ล	ง	ส	า	บ	า
ง	เ	ส	◌่	ซ	ข	ส	ค	ว	แ	ไ	ซ	า	ท
ค	ธ	◌ี	อ	จ	ท	ภ	ศ	ก	ป	ธ	แ	ฟ	อ
ด	ะ	◌้	น	◌ั	ฉ	น	ผ	ค	ย	ถ	ฟ	ด	ง
◌้	ป	อ	แ	ก	ง	แ	ต	น	แ	ต	น	ฟ	ห
ว	า	ง	ม	จ	ม	ถ	ต	◌ั	◌๊	ก	แ	ต	น
ง	ท	แ	ล	◌ั	ต	ถ	ว	น	ย	า	ภ	ฝ	อ
ท	◌ั	ไ	ง	◌่	ซ	ด	ว	ว	ะ	ข	ษ	จ	น
จ	ง	จ	ป	น	ป	ค	ต	ซ	ต	ว	แ	ญ	ฉ
อ	ก	ท	อ	จ	ร	ง	◌่	ถ	ไ	จ	จ	ญ	ไ
ผ	า	ว	ว	ฝ	จ	ร	อ	จ	ภ	ม	ะ	า	ณ

มด
เพลี้ย
ผึ้ง
ด้วง
ผีเสื้อ
จักจั่น
แมลงสาบ
แมลงปอ
เห็บ
ตั๊กแตน
แตน
เต่าทอง
ตัวอ่อน
ปาทังกา
กงแตนแตน
ยุง
มอด
ปลวก
ต่อ
หนอน

42 - Astronomy

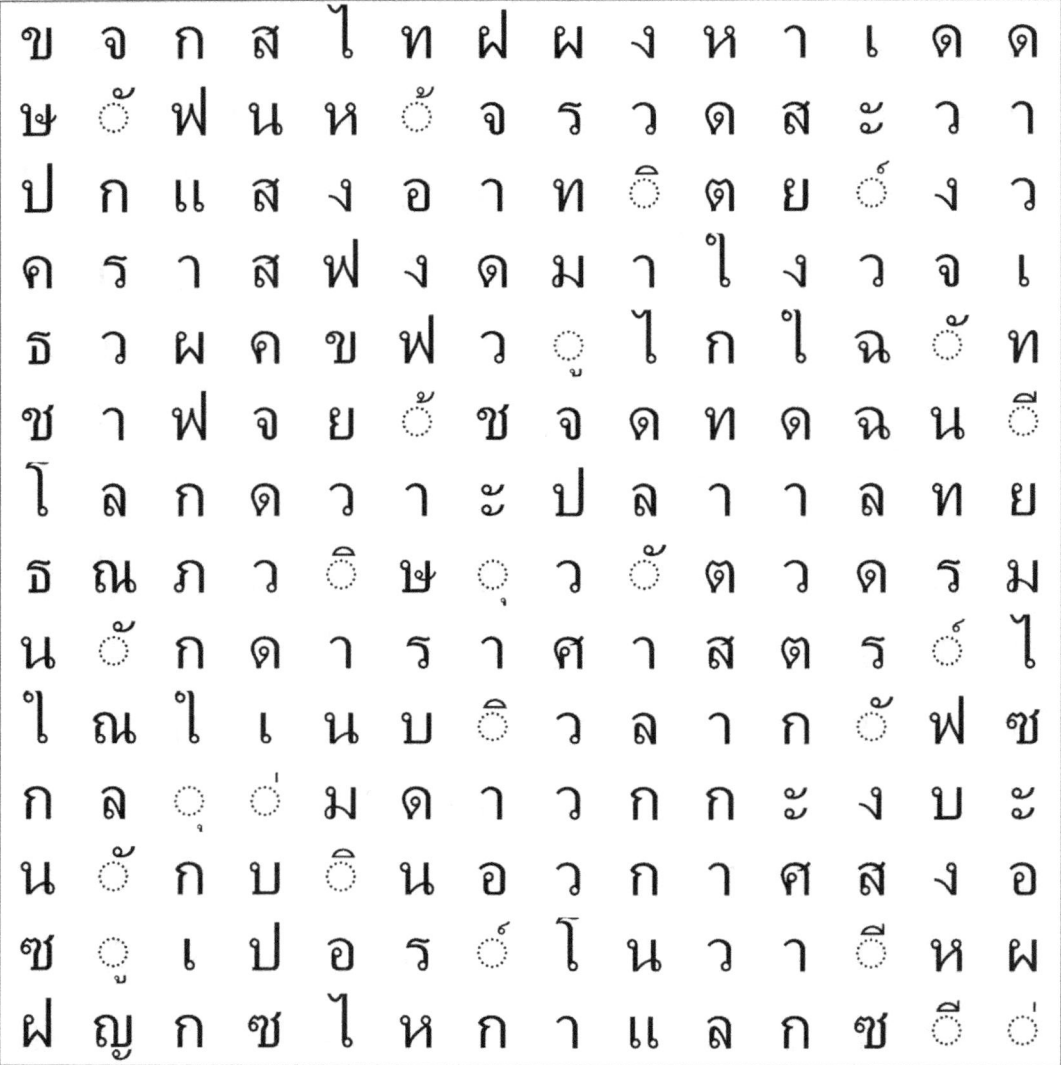

ข	จ	ก	ส	ไ	ท	ฝ	ผ	ง	ห	า	เ	ด	ด
ษ	◌ั	ฟ	น	ห	◌้	จ	ร	ว	ด	ส	ะ	ว	า
ป	ก	แ	ส	ง	อ	า	ท	◌ิ	ต	ย	◌์	ง	ว
ค	ร	า	ส	ฟ	ง	ด	ม	า	ไ	ง	ว	จ	เ
ธ	ว	ผ	ค	ข	ฟ	ว	◌ู	ไ	ก	ไ	ฉ	◌ั	ท
ช	า	ฟ	จ	ย	◌้	ช	จ	ด	ท	ด	ฉ	น	◌ี
โ	ล	ก	ด	ว	า	ะ	ป	ล	า	า	ล	ท	ย
ธ	ณ	ภ	ว	◌ิ	ษ	◌ุ	ว	◌ั	ต	ว	ด	ร	ม
น	◌ั	ก	ด	า	ร	า	ศ	า	ส	ต	ร	◌์	ไ
ไ	ณ	ไ	เ	น	บ	◌ิ	ว	ล	า	ก	◌ั	ฟ	ซ
ก	ล	◌ุ	◌่	ม	ด	า	ว	ก	ก	ะ	ง	บ	ะ
น	◌ั	ก	บ	◌ิ	น	อ	ว	ก	า	ศ	ส	ง	อ
ซ	◌ู	เ	ป	อ	ร	◌์	โ	น	ว	า	◌ี	ห	ผ
ฝ	ญ	ก	ซ	ไ	ห	ก	า	แ	ล	ก	ซ	◌ี	◌่

นักบินอวกาศ
นักดาราศาสตร์
กลุ่มดาว
โลก
คราส
วิษุวัต
กาแลกซี่
ดาวตก
ดวงจันทร์
เนบิวลา
หอดูดาว
รังสี
จรวด
ดาวเทียม
ท้องฟ้า
แสงอาทิตย์
ซูเปอร์โนวา
จักรวาล

43 - Pirates

แ	ส	ส	ช	ต	จ	ผ	ค	ธ	ม	ฝ	ย	ด	ห
ผ	ม	ผ	า	ด	ส	ณ	ส	ม	อ	เ	ก	า	ะ
น	บ	ห	ย	ช	ธ	ศ	เ	ถ	◌ั	ห	ร	บ	ก
ท	◌ั	ะ	ห	อ	ญ	ถ	ข	ญ	น	ร	◌ั	เ	า
◌ี	ต	ะ	า	ไ	แ	ป	◌็	ซ	ต	◌ี	ม	ง	ร
◌่	◌ิ	ข	ด	ษ	ศ	ธ	ม	ถ	ร	ย	ฝ	ย	ผ
ล	◌ู	ก	เ	ร	◌ื	อ	ท	◌้	า	ญ	ธ	ห	จ
ง	บ	า	◌ั	บ	ย	ษ	◌ิ	◌ำ	ย	จ	ฉ	ง	ญ
ช	พ	ไ	ท	ป	จ	ญ	ศ	ท	ฉ	ห	ไ	ไ	ภ
ค	ส	ล	ค	ธ	ต	◌ำ	น	า	น	ค	ท	อ	◌ั
ะ	ง	ญ	ร	ห	พ	◌ั	เ	จ	ง	ไ	ว	อ	ย
ภ	น	ช	ไ	ฝ	ห	ง	น	ก	แ	ก	◌้	ว	ง
แ	ผ	ล	เ	ป	◌็	น	ซ	บ	ย	เ	า	ม	ไ
ต	ต	ส	ส	ว	ช	ถ	า	ถ	◌่	ซ	ห	ไ	ธ

การผจญภัย
สมอ
แย่
ชายหาด
กัปตัน
ถ้ำ
เหรียญ
เข็มทิศ
ลูกเรือ
อันตราย
ธง
ทอง
เกาะ
ตำนาน
แผนที่
นกแก้ว
รัม
แผลเป็น
ดาบ
สมบัติ

44 - Time

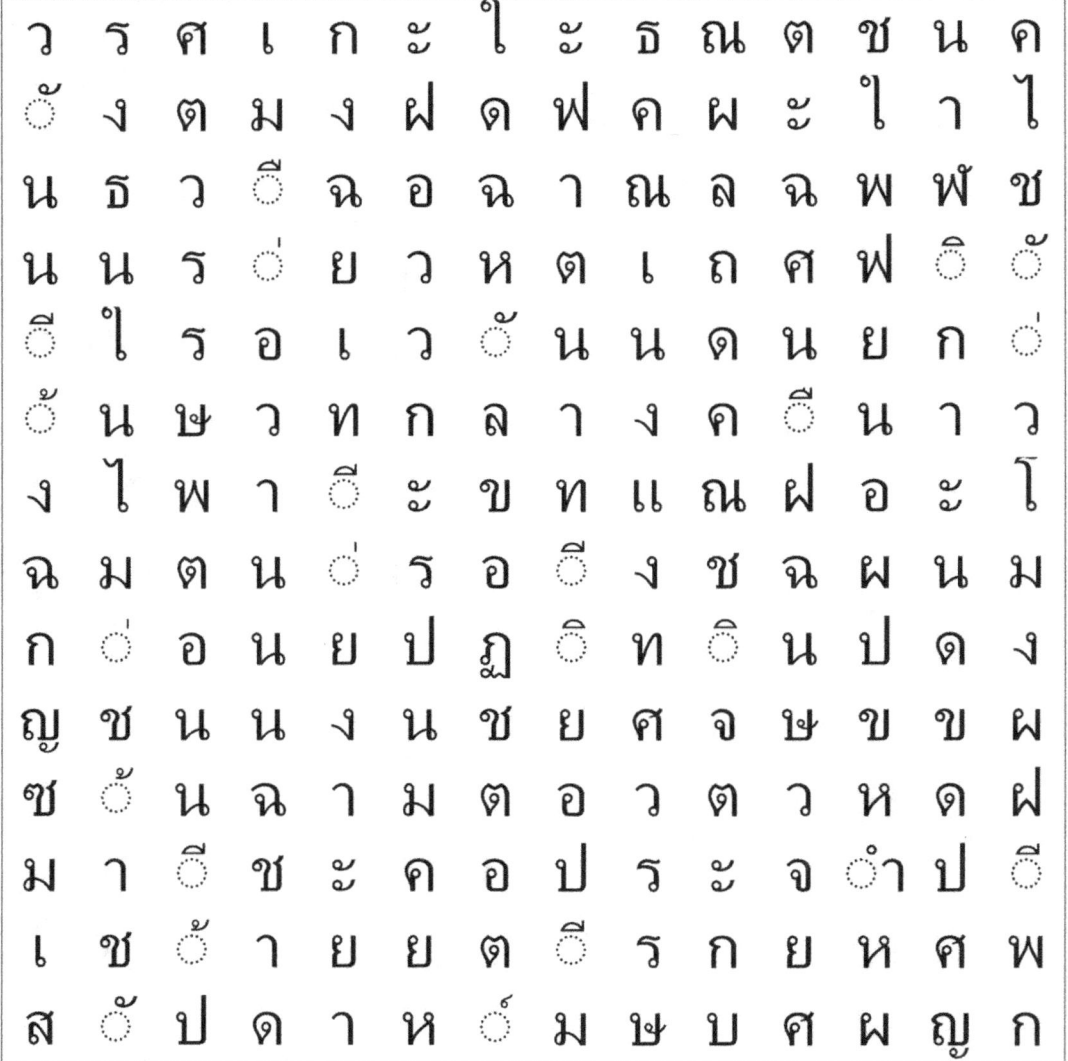

ว	ร	ศ	เ	ก	ะ	ไ	ะ	ธ	ณ	ต	ช	น	ค
◌ั	ง	ต	ม	ง	ฝ	ด	ฟ	ค	ผ	ะ	ไ	า	ไ
น	ธ	ว	◌ี	ฉ	อ	ฉ	า	ณ	ล	ฉ	พ	ฟ	ช
น	น	ร	◌่	ย	ว	ห	ต	เ	ถ	ศ	ฟ	◌ิ	◌ั
◌ี	ไ	ร	อ	เ	ว	◌ั	น	น	ด	น	ย	ก	◌่
◌้	น	ษ	ว	ท	ก	ล	า	ง	ค	◌ี	น	า	ว
ง	ไ	พ	า	◌ี	ะ	ข	ท	แ	ณ	ฝ	อ	ะ	โ
ฉ	ม	ต	น	◌่	ร	อ	◌ี	ง	ช	ฉ	ผ	น	ม
ก	◌่	อ	น	ย	ป	ฏ	◌ิ	ท	◌ิ	น	ป	ด	ง
ญ	ช	น	น	ง	น	ช	ย	ศ	จ	ษ	ข	ข	ผ
ซ	◌้	น	ฉ	า	ม	ต	อ	ว	ต	ว	ห	ด	ฝ
ม	า	◌ี	ช	ะ	ค	อ	ป	ร	ะ	จ	◌ำ	ป	◌ี
เ	ช	◌้	า	ย	ย	ต	◌ี	ร	ก	ย	ห	ศ	พ
ส	◌ั	ป	ด	า	ห	◌์	ม	ษ	บ	ศ	ผ	ญ	ก

ประจำปี
ก่อน
ปฏิทิน
ศตวรรษ
นาฬิกา
วัน
ทศวรรษ
อนาคต
ชั่วโมง
นาที
เดือน
เช้า
กลางคืน
เที่ยง
ตอนนี้
ในไม่ช้า
วันนี้
สัปดาห์
ปี
เมื่อวาน

45 - Buildings

ส	ศ	ห	ส	ถ	า	น	ท	ู	ต	ข	า	ไ	ฉ
โ	น	ั	ห	อ	ด	ู	ด	า	ว	ญ	เ	ณ	ษ
ร	ร	า	ท	ไ	ว	เ	ข	โ	ร	ง	ง	า	น
ง	ป	ง	ม	ญ	ข	ก	า	ร	พ	อ	ถ	ด	โ
น	ญ	ผ	แ	ก	ง	ไ	แ	ง	ิ	พ	ม	ม	ร
า	ป	ไ	ข	ร	ี	ช	ถ	พ	พ	า	ไ	ท	ง
ส	ร	โ	ภ	ต	ม	ฟ	ญ	ย	ิ	ร	ท	ี	ภ
ป	า	ร	ร	ฟ	บ	ย	า	า	ธ	์	ช	่	า
ธ	ส	ง	ข	ง	ก	ภ	ณ	บ	ภ	ท	ท	พ	พ
ฟ	า	ร	์	ม	เ	ต	ฝ	า	ั	เ	ต	ั	ย
ง	ท	ถ	ร	น	ว	ร	ฟ	ล	ณ	ม	ม	ก	น
โ	ร	ง	ล	ะ	ค	ร	ี	ก	ฑ	้	ะ	ช	ต
แ	ร	ซ	ภ	ห	อ	ค	อ	ย	์	น	า	ณ	ร
ษ	ญ	ษ	ธ	ร	ช	เ	ต	็	น	ท	์	ส	์

อพาร์ทเม้น
โรงนา
ห้าง
ปราสาท
โรงภาพยนตร์
สถานทูต
โรงงาน
ฟาร์ม
โรงรถ
โรงพยาบาล
ที่พัก
โรงแรม
พิพิธภัณฑ์
หอดูดาว
โรงเรียน
สนามกีฬา
เต็นท์
โรงละคร
หอคอย

46 - Herbalism

ก	ก	เ	ป	◌็	น	ป	ร	ะ	โ	ย	ช	น	◌์
ส	ร	า	ะ	ผ	ก	ล	ภ	ศ	ฉ	ด	โ	อ	ซ
ม	ล	ะ	ร	ซ	◌ั	◌ู	พ	ณ	อ	อ	ห	อ	ห
◌ิ	า	จ	เ	ท	ผ	ก	ญ	ธ	ษ	ก	ร	ร	ห
น	เ	ผ	ฝ	ท	◌ำ	ธ	ช	บ	ผ	ไ	ะ	◌ิ	อ
ต	ว	ช	ถ	ส	◌ี	อ	ศ	◌ี	ญ	ม	พ	ก	ห
◌์	น	ฝ	ม	◌่	ส	ย	า	ร	ฝ	◌้	า	า	อ
เ	เ	จ	ส	ว	น	ธ	ม	ห	ห	ร	ท	โ	ม
ข	ด	ซ	ค	น	ด	ส	ป	ล	า	ฟ	◌ั	น	ค
◌ี	อ	ธ	ะ	ผ	พ	ช	ต	ะ	ซ	ร	ห	◌่	ป
ย	ร	โ	ร	ส	แ	ม	ร	◌ี	◌่	ฟ	ฟ	บ	ง
ว	◌์	ม	ด	ม	ม	า	ร	◌์	โ	จ	แ	ร	ม
ร	ส	ช	า	ต	◌ิ	ะ	ฟ	ว	อ	ณ	ถ	ท	า
ห	ญ	◌้	า	ฝ	ร	◌ั	◌่	น	ญ	จ	ษ	ส	ษ

หอม
โหระพา
เป็นประโยชน์
การทำอาหาร
รสชาติ
ดอกไม้
สวน
กระเทียม
เขียว
ส่วนผสม
ลาเวนเดอร์
มาร์โจแรม
มินต์
ออริกาโน่
ผักชีฝรั่ง
ปลูก
โรสแมรี่
หญ้าฝรั่น

47 - Toys

จ	ก	ม	ล	ค	ป	พ	ร	ญ	ใ	า	ง	ท	จ
เ	ร	◌ื	อ	ช	ส	ร	ถ	ไ	ฟ	ต	า	◌ี	◌ิ
เ	ค	ล	ย	◌์	บ	จ	◌ิ	า	ว	ค	น	◌่	น
ก	ค	น	น	ห	ม	ศ	ฟ	ศ	ห	ฉ	ฝ	ช	ต
ม	ร	ร	แ	ภ	ภ	จ	ข	ใ	น	ศ	◌ี	◌ี	น
ษ	ก	ธ	◌ี	ต	ด	ง	ผ	ญ	◌ั	า	ม	◌่	า
จ	ใ	ถ	ว	◌่	า	ว	ช	ณ	ง	ก	◌ี	น	ก
ห	◌ั	ก	ธ	ฟ	อ	ฟ	ฝ	เ	ส	◌ื	อ	ช	า
ม	ะ	ก	ษ	น	ย	ง	ภ	ง	◌ี	ง	ฝ	อ	ร
า	ก	ล	ร	จ	น	ข	บ	ษ	อ	น	ร	บ	พ
ก	ผ	อ	จ	ย	ช	ช	ณ	◌ิ	ย	ศ	ต	ข	ใ
ร	ไ	ง	ฉ	จ	า	ห	◌ุ	◌่	น	ย	น	ต	◌์
◌ุ	แ	ฟ	ช	ผ	น	น	ล	◌ู	ก	บ	อ	ล	ะ
ก	ต	◌ุ	◌๊	ก	ต	า	พ	ส	ศ	ล	ซ	ส	ฉ

เครื่องบิน
ลูกบอล
จักรยาน
เรือ
หนังสือ
รถ
หมากรุก
เคลย์
งานฝีมือ
ตุ๊กตา
กลอง
ที่ชื่นชอบ
เกม
จินตนาการ
ว่าว
สี
ปริศนา
หุ่นยนต์
รถไฟ

48 - Vehicles

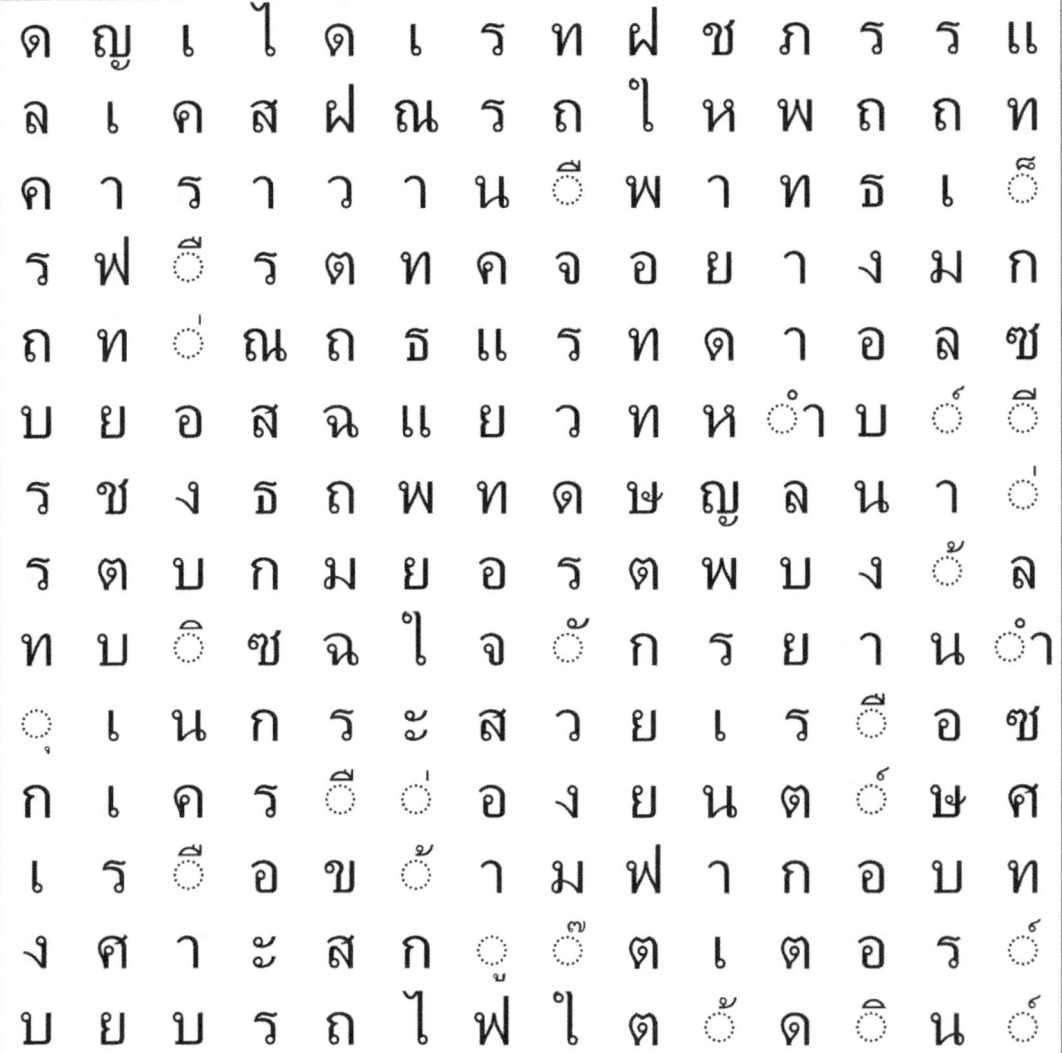

ด	ญ	เ	ไ	ด	เ	ร	ท	ฝ	ช	ภ	ร	ร	แ
ล	เ	ค	ส	ฝ	ณ	ร	ถ	ไ	ห	พ	ถ	ถ	ท
ค	า	ร	า	ว	า	น	◌ี	พ	า	ท	ธ	เ	◌็
ร	ฟ	◌ื	ร	ต	ท	ค	จ	อ	ย	า	ง	ม	ก
ถ	ท	◌่	ณ	ถ	ธ	แ	ร	ท	ด	า	อ	ล	ซ
บ	ย	อ	ส	ฉ	แ	ย	ว	ท	ห	◌ำ	บ	◌์	◌ี
ร	ช	ง	ธ	ถ	พ	ท	ด	ษ	ญ	ล	น	า	◌่
ร	ต	บ	ก	ม	ย	อ	ร	ต	พ	บ	ง	◌้	ล
ท	บ	◌ิ	ซ	ฉ	ไ	จ	◌ั	ก	ร	ย	า	น	◌ำ
◌ุ	เ	น	ก	ร	ะ	ส	ว	ย	เ	ร	◌ื	อ	ซ
ก	เ	ค	ร	◌ื	◌่	อ	ง	ย	น	ต	◌์	ษ	ศ
เ	ร	◌ื	อ	ข	◌้	า	ม	ฟ	า	ก	อ	บ	ท
ง	ศ	า	ะ	ส	ก	◌ู	◌๊	ต	เ	ต	อ	ร	◌์
บ	ย	บ	ร	ถ	ไ	ฟ	ใ	ต	◌้	ด	◌ิ	น	◌์

เครื่องบิน
รถพยาบาล
จักรยาน
เรือ
รถเมล์
รถ
คาราวาน
เรือข้ามฟาก
เครื่องยนต์
แพ
จรวด
สกู๊ตเตอร์
กระสวย
เรือดำน้ำ
รถไฟใต้ดิน
แท็กซี่
ยาง
รถแทรกเตอร์
รถบรรทุก

49 - Flowers

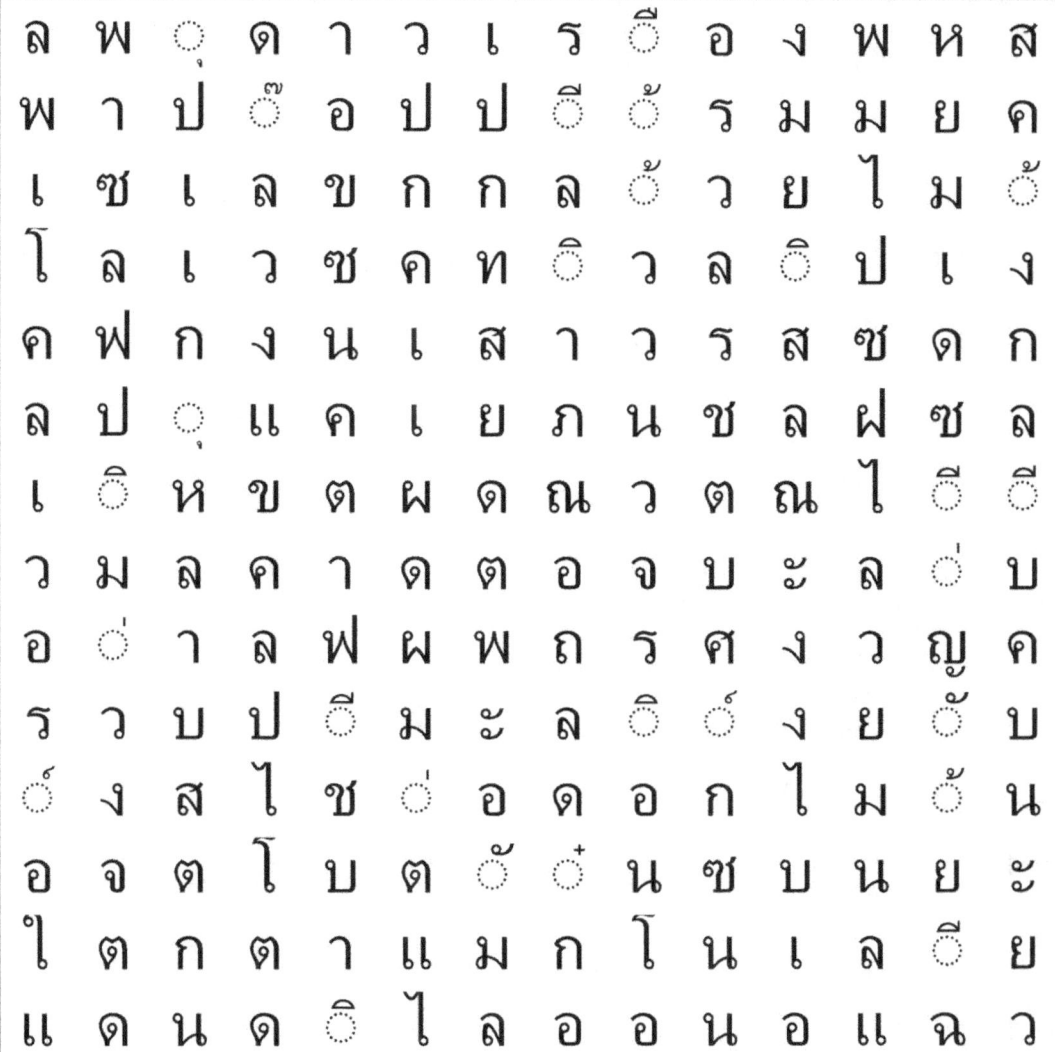

ล	พ	◌ุ	ด	า	ว	เ	ร	◌ื	อ	ง	พ	ห	ส
พ	า	ป	◌๊	อ	ป	ป	◌ี	◌้	ร	ม	ม	ย	ค
เ	ซ	เ	ล	ข	ก	ก	ล	◌้	ว	ย	ไ	ม	◌้
โ	ล	เ	ว	ซ	ค	ท	◌ิ	ว	ล	◌ิ	ป	เ	ง
ค	ฟ	ก	ง	น	เ	ส	า	ว	ร	ส	ซ	ด	ก
ล	ป	◌ุ	แ	ค	เ	ย	ภ	น	ช	ล	ฝ	ซ	ล
เ	◌ิ	ห	ข	ต	ผ	ด	ณ	ว	ต	ณ	ไ	◌ี	◌ี
ว	ม	ล	ค	า	ด	ต	อ	จ	บ	ะ	ล	◌่	บ
อ	◌่	า	ล	ฟ	ผ	พ	ถ	ร	ศ	ง	ว	ญ	ค
ร	ว	บ	ป	◌ี	ม	ะ	ล	◌ิ	◌์	ง	ย	◌ั	บ
◌์	ง	ส	ไ	ช	◌่	อ	ด	อ	ก	ไ	ม	◌้	น
อ	จ	ต	โ	บ	ต	◌ั	◌๋	น	ซ	บ	น	ย	ะ
ไ	ต	ก	ต	า	แ	ม	ก	โ	น	เ	ล	◌ี	ย
แ	ด	น	ด	◌ิ	ไ	ล	อ	อ	น	อ	แ	ฉ	ว

ช่อดอกไม้
ดาวเรือง
โคลเวอร์
เดซี่
แดนดิไลออน
พุด
ชบา
มะลิ
ลาเวนเดอร์
ม่วง
ลิลลี่
แมกโนเลีย
กล้วยไม้
เสาวรส
โบตั๋น
กลีบ
ป๊อปปี้
กุหลาบ
ดอกทานตะวัน
ทิวลิป

50 - Town

ด	จ	น	ฝ	ข	ญ	ค	ว	ร	◌้	า	น	ร	ส
ส	อ	ค	แ	ก	ล	เ	ล	อ	ร	◌ี	◌่	◌้	น
ว	ถ	ก	ก	บ	โ	ต	โ	◌ิ	น	า	ช	า	า
น	น	ร	ไ	ป	ฉ	ร	ร	ร	น	ซ	ว	น	ม
ส	บ	◌้	ก	ม	ง	ก	ง	ต	ด	◌ิ	ด	ข	ก
◌ั	เ	า	น	ท	◌้	ณ	เ	ล	ย	เ	ก	า	◌ี
ต	บ	น	ศ	บ	ญ	ด	ร	า	ะ	ไ	ถ	ย	ฬ
ว	เ	ห	น	พ	น	ค	◌ี	ด	ไ	ค	ม	ย	า
◌์	ก	น	ะ	ศ	ค	จ	ย	ร	ไ	ช	ร	า	ด
ฉ	อ	◌ั	ข	ต	ส	ฟ	น	ธ	น	า	ค	า	ร
โ	ร	ง	ภ	า	พ	ย	น	ต	ร	◌์	จ	แ	ฝ
ช	◌ี	ส	น	า	ม	บ	◌ิ	น	ค	า	เ	ฟ	◌่
ซ	◌่	◌ี	ม	ห	า	ว	◌ิ	ท	ย	า	ล	◌ั	ย
ห	◌้	อ	ง	ส	ม	◌ุ	ด	โ	ร	ง	แ	ร	ม

สนามบิน
เบเกอรี่
ธนาคาร
ร้านหนังสือ
คาเฟ่
โรงภาพยนตร์
คลินิก
ดอกไม้ดี
แกลเลอรี่
โรงแรม
ห้องสมุด
ตลาด
ร้านขายยา
โรงเรียน
สนามกีฬา
ร้าน
โรงละคร
มหาวิทยาลัย
สวนสัตว์

51 - Antarctica

ป	ธ	พ	ฉ	ล	ค	ศ	ถ	ก	ว	เ	ก	ก	ภ
ฝ	ช	ไ	า	ฟ	า	ส	ธ	ล	ห	ด	า	า	◌ู
ช	ญ	ท	ภ	จ	บ	ซ	ถ	า	ร	โ	ร	ร	ม
น	ณ	พ	ถ	◌ู	ส	ช	า	เ	เ	ค	เ	อ	◌ิ
อ	◌ั	ภ	ถ	ภ	ม	บ	ธ	ซ	ด	ฟ	ด	น	ศ
◌่	◌ุ	ก	ธ	ภ	◌ุ	◌ิ	พ	◌ี	แ	ห	◌ิ	◌ุ	า
า	น	ณ	ว	ซ	ท	ฟ	ป	ย	ย	ม	น	ร	ส
ว	◌้	า	ห	◌ิ	ร	ต	ล	ร	ห	◌ู	ท	◌ั	ต
ญ	◌ำ	ผ	เ	ภ	จ	ก	ร	◌์	ะ	◌่	า	ก	ร
ช	แ	ษ	ม	ด	◌ู	◌ั	แ	บ	ร	เ	ง	ษ	◌์
ช	ข	ต	ฆ	ษ	ก	ม	ย	พ	ณ	ก	ท	◌์	ม
ง	◌็	า	น	น	◌้	◌ำ	◌ิ	ภ	ม	า	ว	ศ	ว
ฝ	ง	ห	ก	ข	ร	◌ุ	ข	ร	ะ	ะ	◌ี	ร	ง
ว	◌ิ	ท	ย	า	ศ	า	ส	ต	ร	◌์	ป	ะ	ง

อ่าว
นก
เมฆ
การอนุรักษ์
ทวีป
โคฟ
การเดินทาง
ภูมิศาสตร์
กลาเซียร์
น้ำแข็ง
หมู่เกาะ
คาบสมุทร
นักวิจัย
ขรุขระ
วิทยาศาสตร์
อุณหภูมิ
ภูมิประเทศ
น้ำ

52 - Ballet

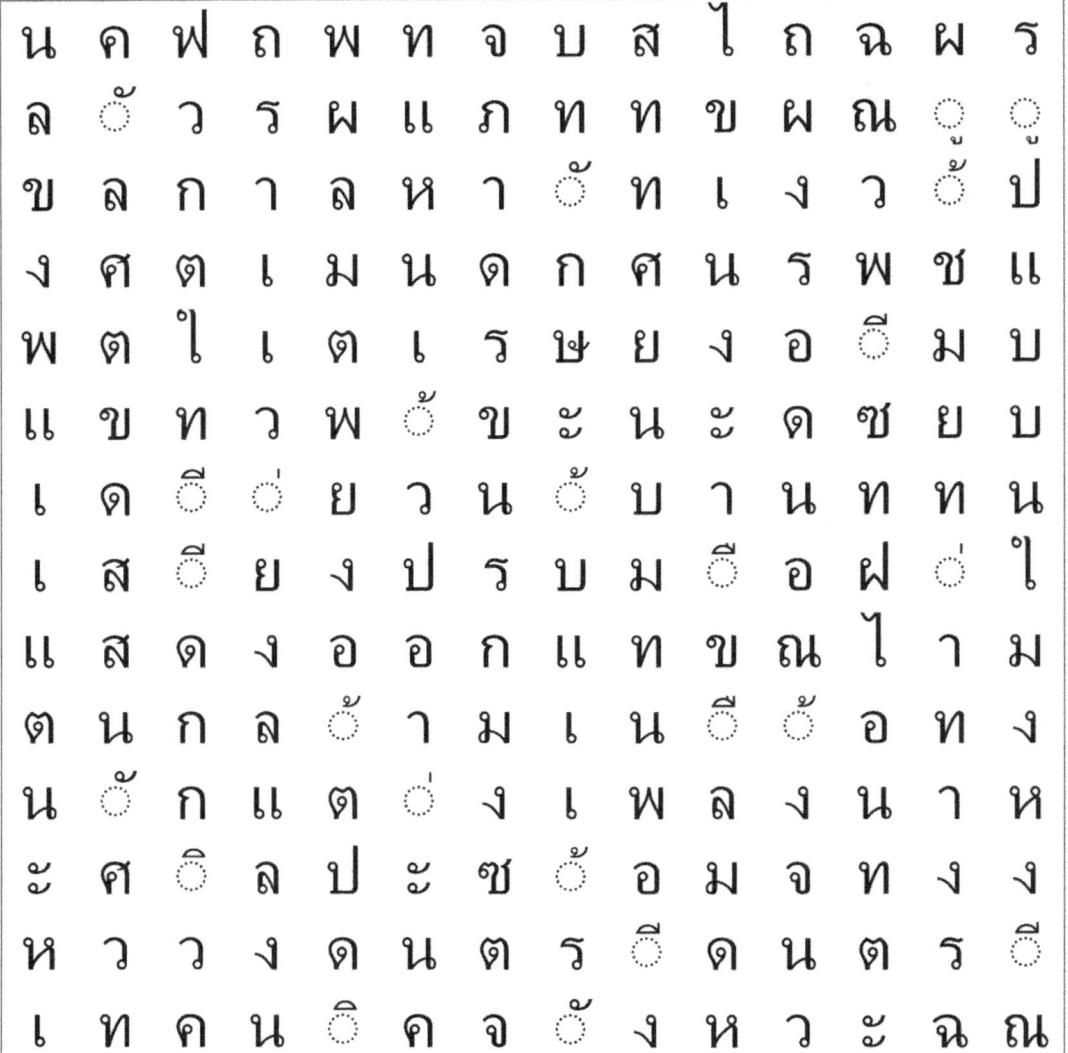

น	ค	ฟ	ถ	พ	ท	จ	บ	ส	ไ	ถ	ฉ	ผ	ร
ล	◌ั	ว	ร	ผ	แ	ภ	ท	ท	ข	ผ	ณ	◌ู	◌ู
ข	ล	ก	า	ล	ห	า	◌ั	ท	เ	ง	ว	◌้	ป
ง	ศ	ต	เ	ม	น	ด	ก	ศ	น	ร	พ	ช	แ
พ	ต	ไ	เ	ต	เ	ร	ษ	ย	ง	อ	◌ี	ม	บ
แ	ข	ท	ว	พ	◌้	ข	ะ	น	ะ	ด	ซ	ย	บ
เ	ด	◌ี	◌่	ย	ว	น	◌้	บ	า	น	ท	ท	น
เ	ส	◌ี	ย	ง	ป	ร	บ	ม	◌ื	อ	ฝ	◌่	ไ
แ	ส	ด	ง	อ	อ	ก	แ	ท	ข	ณ	ไ	า	ม
ต	น	ก	ล	◌้	า	ม	เ	น	◌ื	◌้	อ	ท	ง
น	◌ั	ก	แ	ต	◌่	ง	เ	พ	ล	ง	น	า	ห
ะ	ศ	◌ิ	ล	ป	ะ	ซ	◌้	อ	ม	จ	ท	ง	ง
ห	ว	ว	ง	ด	น	ต	ร	◌ี	ด	น	ต	ร	◌ี
เ	ท	ค	น	◌ิ	ค	จ	◌ั	ง	ห	ว	ะ	ฉ	ณ

เสียงปรบมือ
ศิลปะ
ผู้ชม
นักแต่งเพลง
นักเต้น
แสดงออก
ท่าทาง
ความเข้มข้น
บทเรียน
กล้ามเนื้อ
ดนตรี
วงดนตรี
ซ้อม
จังหวะ
ทักษะ
เดี่ยว
รูปแบบ
เทคนิค

53 - Human Body

ฟ	ด	ง	ก	ศ	ช	ข	ศ	ส	ต	ถ	ข	ง	ณ
ห	น	◌้	า	ค	อ	◌้	ต	ง	ห	ท	า	ผ	ค
น	◌ิ	◌้	ว	า	ถ	อ	ม	ส	ท	ฉ	ก	ฝ	เ
ภ	ญ	ฟ	แ	ง	น	ศ	า	ท	ร	ะ	ร	ฝ	ข
น	ป	จ	ต	ป	ศ	อ	ส	ฝ	ต	ว	ร	ข	◌่
ห	ผ	◌ิ	ว	ป	ะ	ก	อ	ด	อ	ส	ไ	◌้	า
◌ั	ไ	ศ	จ	า	า	แ	อ	ฟ	ข	า	ก	อ	ไ
ว	ศ	ห	เ	ส	จ	ห	น	ป	า	ก	ร	เ	ป
ไ	ป	แ	ล	แ	จ	ม	◌ู	ก	ค	แ	ญ	ท	ะ
จ	ต	น	◌ื	◌่	ห	◌ื	ป	ภ	ป	จ	ล	◌้	ป
ไ	ส	ม	อ	ง	ไ	อ	ค	ะ	ฟ	ไ	ศ	า	ฟ
ก	ร	ะ	ด	◌ู	ก	ข	ง	ณ	ล	ป	ก	ด	ล
ป	ค	า	ห	◌ั	ว	ล	จ	ภ	ซ	ะ	ไ	ร	แ
ม	ม	ภ	ห	น	ต	ด	ไ	ณ	ฉ	ข	อ	น	บ

ข้อเท้า
เลือด
กระดูก
สมอง
คาง
หู
ข้อศอก
หน้า
นิ้ว
มือ
หัว
หัวใจ
ขากรรไกร
เข่า
ขา
ปาก
คอ
จมูก
ไหล่
ผิว

54 - Musical Instruments

ม	โ	ม	ฝ	ฝ	แ	ผ	ค	เ	า	แ	บ	ก	ด
ะ	อ	า	ร	ไ	ต	บ	ล	ช	ง	ท	ง	ต	ไ
ห	โ	ร	ค	ก	ร	ล	น	ล	อ	ม	ก	ฟ	อ
แ	บ	◌ิ	ข	ล	◌ุ	◌่	ย	โ	ท	บ	บ	ไ	ซ
ซ	ผ	ม	ป	อ	อ	ช	ค	ล	จ	◌ู	ณ	ไ	น
ก	ช	บ	ม	ง	น	ช	ผ	า	ญ	ร	ภ	ม	ม
โ	ม	า	ไ	ว	โ	อ	ล	◌ิ	น	◌ี	ร	◌้	ต
ซ	ห	ฮ	ฆ	ค	ล	า	ร	◌ิ	เ	น	◌็	ต	◌ี
โ	ท	พ	า	◌ั	ท	ร	อ	ม	โ	บ	น	◌ี	ร
ฟ	ศ	เ	ซ	ร	อ	ก	◌ี	ต	า	ร	◌์	ก	ะ
น	ข	ฝ	จ	ร	◌์	ง	ว	ธ	ซ	ต	ผ	ล	ฆ
เ	ป	◌ี	ย	โ	น	ป	ส	น	ข	ต	เ	อ	◌ั
ต	แ	ม	น	โ	ด	ล	◌ิ	น	ต	ฉ	อ	ง	ง
ป	◌ี	◌่	บ	า	ส	ซ	◌ู	น	อ	ไ	ค	ต	แ

แบนโจ
ปี่บาสซูน
เชลโล
ตีระฆัง
คลาริเน็ต
กลอง
ไม้ตีกลอง
ขลุ่ย
ฆ้อง
กีตาร์
ฮาร์ป
แมนโดลิน
มาริมบา
โอโบ
เปียโน
แซกโซโฟน
แทมบูรีน
ทรอมโบน
แตร
ไวโอลิน

55 - Fruit

ร	ก	ต	พ	ม	ะ	พ	ร	◌้	า	ว	เ	น	ถ
แ	ช	ง	ม	ะ	ม	◌่	ว	ง	ข	ก	น	ธ	น
ญ	อ	น	อ	น	พ	อ	ย	บ	ะ	◌ี	ค	พ	ร
ร	เ	ป	บ	า	◌ี	ถ	ด	ญ	เ	ว	ท	ไ	า
แ	ช	ส	ร	ว	ช	ข	ไ	บ	ม	◌ี	า	ส	ส
อ	อ	◌ั	ญ	◌ิ	า	ศ	ภ	ย	ล	◌่	ร	ค	ข
า	ร	ป	จ	ส	ค	ท	ษ	เ	อ	ญ	◌ี	ช	ข
โ	◌์	ป	เ	ม	ษ	อ	ซ	ม	น	ป	น	ค	ต
ว	ร	ะ	อ	ป	ฟ	ฝ	ท	ม	ะ	ล	ะ	ก	อ
ค	◌ี	ร	ง	ท	◌ิ	บ	บ	ษ	น	น	อ	ฝ	ะ
า	◌่	ด	◌ุ	ข	ช	◌้	ล	◌ู	ก	แ	พ	ร	◌์
โ	ก	ก	◌่	ณ	ผ	ก	ล	◌้	ว	ย	ธ	◌ั	ย
ด	ซ	ภ	น	ย	ย	ธ	ม	ะ	เ	ด	◌ื	◌่	อ
เ	บ	อ	ร	◌์	ร	◌ี	◌่	อ	ษ	ม	จ	ง	ง

แอปเปิ้ล
แอปริคอท
อาโวคาโด
กล้วย
เบอร์รี่
เชอร์รี่
มะพร้าว
มะเดื่อ
องุ่น
ฝรั่ง
กีวี่
มะนาว
มะม่วง
เมลอน
เนคทารีน
มะละกอ
พีช
ลูกแพร์
สับปะรด

56 - Kitchen

ไ	ผ	ถ	ฟ	ถ	ฝ	ท	ถ	ล	แ	ฟ	เ	ต	ภ
ช	จ	◌้	ะ	จ	ม	◌ั	ฉ	ม	ช	อ	ค	◌ู	า
ภ	ต	ว	า	ข	ด	พ	ผ	ษ	ไ	ง	ร	◌้	ห
ผ	น	ย	ณ	ก	ส	พ	ช	ไ	ร	น	◌ี	เ	บ
◌้	ฟ	ผ	ไ	ข	◌ั	◌ี	า	◌้	ก	◌้	◌่	ย	พ
า	ก	า	ต	◌้	ม	น	◌้	◌ำ	อ	◌ำ	อ	◌็	ส
เ	ห	ย	◌ื	อ	ก	ป	เ	เ	ห	น	ง	น	◌ู
ช	ป	ภ	เ	า	◌ิ	า	อ	ป	ถ	ด	เ	ว	ต
◌็	เ	ล	ร	ห	น	บ	ว	ร	◌ี	พ	ท	ค	ร
ด	ต	จ	จ	า	อ	า	ต	พ	ร	◌้	ศ	ษ	อ
ป	า	ส	ย	ร	ฝ	ห	อ	เ	ล	ช	อ	ฟ	า
า	อ	◌้	ภ	◌่	ท	เ	ช	า	ม	ถ	ข	น	ห
ก	บ	อ	ร	ไ	า	ต	ะ	เ	ก	◌ี	ย	บ	า
า	ภ	ม	◌ี	ด	บ	ง	า	ห	ง	ก	ก	น	ร

ผ้ากันเปื้อน
ชาม
ตะเกียบ
ถ้วย
อาหาร
ส้อม
ย่าง
เหยือก
กาต้มน้ำ
มีด
ทัพพี
ผ้าเช็ดปาก
เตาอบ
สูตรอาหาร
ตู้เย็น
เครื่องเทศ
ฟองน้ำ
ช้อน
กิน

57 - Art Supplies

เ	ด	ส	ี	ไ	พ	ช	ณ	ฉ	ก	จ	ย	ต	ว
ค	ก	ร	ะ	ด	า	ษ	ฝ	ท	ไ	ญ	ฝ	ถ	ค
ล	า	้	ข	ก	ส	ี	น	้	ำ	ณ	ป	ฝ	า
ย	ว	ะ	า	อ	ล	ย	า	ง	ล	บ	ธ	ษ	ธ
์	แ	ห	ต	อ	ะ	้	ญ	จ	อ	ญ	ซ	ศ	ไ
ด	ศ	น	ั	เ	ี	ค	อ	ฝ	ศ	ภ	ฉ	ฟ	อ
ญ	ษ	โ	้	ซ	ก	้	ร	ง	ห	ม	ึ	ก	เ
ะ	ไ	ต	ง	ษ	ษ	ร	ด	ิ	น	ส	อ	ม	ด
ว	ถ	๊	ช	ถ	่	า	น	น	ล	ฉ	ไ	ม	ี
ห	ษ	ะ	ร	แ	ถ	ร	้	้	ถ	ิ	ม	จ	ย
แ	ป	ร	ง	ฉ	ว	ก	ำ	ำ	ล	ช	ค	ข	ไ
ต	ส	ฉ	ซ	ข	ธ	อ	ม	ม	ค	า	น	ช	ษ
ช	ช	ข	ษ	ค	อ	ภ	ั	ไ	ษ	เ	ไ	ป	ป
ห	ญ	ล	ษ	ศ	เ	ไ	น	ณ	ค	ล	ก	ฝ	ไ

อะคริลิค
แปรง
กล้อง
เก้าอี้
ถ่าน
เคลย์
สี
ขาตั้ง
ยางลบ
กาว
ไอเดีย
หมึก
น้ำมัน
กระดาษ
พาส
ดินสอ
โต๊ะ
น้ำ
สีน้ำ

58 - Science Fiction

บ	ง	ย	ร	ก	ไ	พ	า	ย	ล	ก	ไ	ด	ส
อ	น	า	ค	ต	ไ	ห	ฉ	แ	ส	า	ฟ	า	◌ิ
ะ	ภ	ไ	ญ	ภ	ไ	ข	อ	ไ	ต	แ	อ	ว	ท
ต	เ	ท	ค	โ	น	โ	ล	ย	◌ี	ล	ย	เ	ธ
อ	ไ	ธ	ส	◌ุ	ด	ข	◌ี	ด	บ	ก	◌ุ	ค	◌ิ
ม	ก	า	ร	ร	ะ	เ	บ	◌ิ	ด	ซ	โ้	ร	◌์
เ	ห	น	◌ั	ง	ส	◌ื	อ	ส	โ	◌ี	ท	า	ภ
ไ	พ	◌ั	ด	ด	ท	ฟ	ณ	โ	ล	◌่	เ	ะ	า
ส	ะ	◌้	ศ	า	ม	ป	ด	ท	ก	บ	ป	ห	พ
ร	ณ	ภ	อ	จ	ส	า	ร	เ	ค	ม	◌ี	◌์	ล
ธ	ผ	ณ	จ	ฝ	ร	ค	ถ	ป	ต	ษ	ย	า	ว
ป	ง	ศ	ภ	ง	◌ั	ร	ผ	◌ี	ท	ฉ	ณ	บ	ง
ล	◌ึ	ก	ล	◌ั	บ	น	ย	ย	ณ	ผ	ศ	ป	ต
ห	◌ุ	◌่	น	ย	น	ต	◌์	◌์	ห	ภ	ด	ล	า

อะตอม
หนังสือ
สารเคมี
ดิสโทเปีย
การระเบิด
สุดขีด
มหัศจรรย์
ไฟ
อนาคต
กาแลกซี่
ภาพลวงตา
เพ้อฝัน
ลึกลับ
สิทธิ์
ดาวเคราะห์
หุ่นยนต์
เทคโนโลยี
ยโทเปีย
โล้ก

59 - Airplanes

บ	ป	ร	ะ	ว	◌ั	ต	◌ิ	ศ	า	ส	ต	ร	◌์
ไ	ร	ะ	ด	◌ั	บ	ค	ว	า	ม	ส	◌ู	ง	เ
น	บ	ร	ท	◌้	อ	ง	ฟ	◌้	า	ไ	ช	ศ	ะ
ผ	◌ั	พ	ย	เ	ช	◌ื	◌้	อ	เ	พ	ล	◌ิ	ง
◌ู	ศ	ก	◌ั	า	ก	ไ	ว	อ	า	ก	า	ศ	ล
◌้	ศ	ก	บ	ด	ก	ซ	ฟ	ก	อ	บ	อ	ก	◌ู
โ	ด	ร	ค	◌ิ	ซ	า	ม	แ	ผ	ด	แ	า	ก
ด	า	จ	ย	เ	น	ท	ศ	บ	บ	ป	ฟ	ร	เ
ย	ล	◌ู	ก	โ	ป	◌่	ง	บ	ย	ฉ	ท	ผ	ร
ส	ก	า	ร	ก	◌่	อ	ส	ร	◌้	า	ง	จ	◌ื
า	เ	ค	ร	◌ื	◌่	อ	ง	ย	น	ต	◌์	ญ	อ
ร	ก	า	ร	ต	ก	ท	อ	ด	ถ	บ	ง	ภ	แ
ไ	ฮ	โ	ด	ร	เ	จ	น	ย	ผ	ย	ณ	◌ั	ผ
ท	◌่	า	เ	ร	◌ื	อ	ะ	ไ	ย	ซ	ไ	ย	ส

การผจญภัย
อากาศ
ระดับความสูง
บรรยากาศ
ลูกโป่ง
การก่อสร้าง
ลูกเรือ
การตกทอด
ออกแบบ
เครื่องยนต์
เชื้อเพลิง
ประวัติศาสตร์
ไฮโดรเจน
ท่าเรือ
ผู้โดยสาร
นักบิน
ใบพัด
ท้องฟ้า

60 - Ocean

น	◌้	◌ำ	ข	◌ื	◌้	น	น	◌้	◌ำ	ล	ง	ม	ป
อ	ข	ธ	พ	ฟ	ไ	ห	ง	ว	ศ	ษ	บ	อ	ล
ร	◌ี	ฟ	น	อ	ว	ส	ญ	ศ	ย	เ	ต	◌่	า
ไ	น	อ	ภ	ง	ม	ฝ	แ	ข	ถ	ล	ม	ซ	โ
ผ	ก	ณ	ก	น	ป	ไ	ส	ม	ผ	พ	ล	น	ล
ว	◌ุ	แ	อ	◌้	ป	ล	า	ไ	ห	ล	า	ท	ม
ฝ	◌้	เ	ม	◌ำ	ไ	ม	า	ย	า	ซ	พ	ย	า
ป	ง	ก	ท	ง	ห	อ	ย	น	า	ง	ร	ม	◌ุ
ะ	ไ	ล	◌ู	ธ	ก	ล	ง	ศ	ษ	ฉ	ผ	ท	พ
ก	ไ	◌ื	น	อ	ว	ะ	ล	ช	ค	ล	◌ื	◌่	น
า	ป	อ	◌่	ศ	า	ป	พ	ร	ะ	า	ฝ	บ	ก
ร	◌ู	ศ	า	เ	ฬ	ก	ฝ	ร	อ	ม	ห	ฉ	ฝ
◌ั	เ	เ	ข	ซ	อ	ผ	เ	ซ	◌ุ	อ	บ	ภ	ฟ
ง	ะ	ภ	ส	า	ห	ร	◌่	า	ย	น	จ	ช	ห

สาหร่าย
ปะการัง
ปู
ปลาโลมา
ปลาไหล
ปลา
แมงกะพรุน
หอยนางรม
รีฟ
เกลือ
ฉลาม
กุ้ง
ฟองน้ำ
พาย
น้ำขึ้นน้ำลง
ทูน่า
เต่า
คลื่น
วาฬ

61 - Birds

ร	น	ก	ย	◌ู	ง	ญ	น	ใ	ธ	เ	ห	า	า
ถ	ส	ก	ร	ะ	จ	อ	ก	ษ	ล	ป	ค	ฟ	ษ
ฝ	น	ร	แ	ร	ญ	◌ี	ก	อ	ล	◌็	ฉ	ณ	ถ
ไ	ต	ะ	ไ	ก	◌่	ก	ร	ะ	◌ิ	ด	อ	ไ	ฝ
ห	ะ	ส	ผ	ส	◌้	า	ะ	เ	า	น	ล	พ	ด
ฟ	ช	า	บ	จ	ะ	ว	จ	ข	เ	น	ท	ส	ซ
ค	ล	ค	ถ	ข	ว	เ	อ	ย	บ	จ	บ	ร	ว
ห	◌่	า	น	เ	พ	น	ก	ว	◌ิ	น	ล	แ	◌ี
ง	ย	น	ม	บ	ห	ย	เ	ห	ง	ส	◌์	ผ	ร
ญ	ญ	า	ข	◌ิ	ศ	ด	ท	น	า	ง	น	ว	ล
ภ	เ	ร	ง	อ	ง	ม	ศ	ศ	อ	า	ณ	ข	เ
ห	ะ	◌ี	ส	ใ	ม	โ	น	ก	ก	ร	ะ	ส	า
บ	ง	ท	◌ู	แ	ค	น	ก	ก	ร	ะ	ท	◌ุ	ง
น	ก	ก	า	เ	ห	ว	◌่	า	ไ	ข	◌่	ไ	ไ

คานารี
ไก่
อีกา
นกกาเหว่า
เป็ด
อินทรี
ไข่
ฟลามิงโก
ห่าน
นางนวล

กระสา
นกกระจอกเทศ
นกแก้ว
นกยูง
นกกระทุง
เพนกวิน
กระจอก
นกกระสา
หงส์
ทูแคน

62 - Art

ส	◌่	ว	น	ป	ร	ะ	ก	อ	บ	ห	ฝ	ด	ก
บ	ถ	ซ	◌ั	บ	ซ	◌้	อ	น	ศ	ณ	บ	ท	า
เ	ส	◌ิ	ห	ไ	ร	ข	ซ	พ	ซ	ต	ย	ณ	ร
ซ	ค	◌่	ต	◌ั	น	ฉ	บ	◌ั	บ	ผ	ห	ด	แ
ร	ค	ฟ	ว	ย	อ	ธ	ข	ฉ	ด	แ	แ	ก	ส
า	เ	ญ	ไ	น	ศ	า	เ	ณ	ก	ซ	ฝ	ช	ด
ม	ม	บ	ว	ง	ต	า	ร	เ	ร	◌ื	◌่	อ	ง
◌ิ	ไ	ว	ซ	◌่	ง	◌ั	ส	ม	า	ง	ส	ร	อ
ค	ภ	ค	ช	า	แ	ก	ว	ต	ณ	ส	ร	น	อ
บ	า	ป	ไ	ย	ภ	า	พ	บ	ร	◌์	◌้	ฉ	ก
ท	พ	ซ	◌ี	◌่	อ	ส	◌ั	ต	ย	◌์	า	ร	จ
ก	ว	ส	◌ั	ญ	ล	◌ั	ก	ษ	ณ	◌์	ง	อ	ไ
ว	า	ด	ภ	า	พ	ไ	ช	ภ	ศ	ท	น	ศ	อ
◌ี	ด	ป	ร	ะ	ต	◌ิ	ม	า	ก	ร	ร	ม	ภ

เซรามิค
ซับซ้อน
ส่วนประกอบ
สร้าง
การแสดงออก
ซื่อสัตย์
อารมณ์
ต้นฉบับ
ภาพวาด
ส่วนตัว
บทกวี
วาดภาพ
ประติมากรรม
ง่าย
เรื่อง
สถิติยศาสตร์
สัญลักษณ์
ภาพ

63 - Autumn

ศ	ฉ	ซ	อ	ป	ใ	ส	ช	ฝ	แ	ภ	ส	เ	ส
ล	◌ู	ก	โ	อ	◌๊	ก	อ	ส	ไ	◌ู	ภ	ด	ว
เ	ธ	ต	ว	จ	อ	บ	ง	ถ	ก	ม	า	◌ื	น
น	ส	ล	น	◌ิ	ฉ	ะ	ม	เ	ณ	◌ิ	พ	อ	ผ
ต	◌ั	◌ี	ฝ	ศ	ษ	ช	ศ	ก	ข	อ	อ	น	ล
า	จ	◌ำ	◌ั	ฟ	ล	◌ุ	เ	า	อ	า	า	ท	ไ
ม	เ	ป	แ	อ	ข	ญ	ว	ล	ถ	ก	ก	ธ	ม
ฤ	ท	ไ	ญ	ข	ผ	บ	เ	◌ั	ล	า	า	ซ	◌้
ด	ศ	ฝ	ร	ษ	◌็	◌้	ม	ด	ต	ศ	ศ	า	ธ
◌ู	ก	ก	ย	อ	ถ	ง	า	ไ	ฟ	ไ	ห	ม	◌้
ก	า	ร	โ	ย	ก	ย	◌้	า	ย	ม	ภ	ป	ต
า	ล	ซ	◌ื	◌่	ง	ผ	ล	◌ั	ด	ไ	บ	ว	บ
ล	ธ	ร	ร	ม	ช	า	ต	◌ิ	ฟ	ต	ร	ย	ง
แ	อ	ป	เ	ป	◌ิ	◌้	ล	ผ	ฉ	ถ	ด	พ	ท

ลูกโอ๊ก
แอปเปิ้ล
เกาลัด
ภูมิอากาศ
เสื้อผ้า
ซึ่งผลัดใบ
วิษุวัต
เทศกาล
ไฟไหม้
น้ำแข็ง
การโยกย้าย
เดือน
ธรรมชาติ
สวนผลไม้
ตามฤดูกาล
สภาพอากาศ

64 - Nutrition

น	◌้	◌ำ	ห	น	◌ั	ก	ค	ร	อ	ร	ต	เ	ค
ไ	ฝ	ร	ค	◌ุ	ณ	ภ	า	พ	า	ส	ไ	พ	ว
ป	ค	แ	ข	◌็	ง	แ	ร	ง	ห	ช	ง	ก	า
ผ	ง	แ	ม	ม	ล	ว	◌์	ง	า	า	ส	◌ิ	ม
จ	บ	น	ต	อ	ว	◌ิ	โ	ป	ร	ต	◌ี	น	ก
ส	◌ุ	ข	ภ	า	พ	ต	บ	น	ว	◌ิ	ษ	ไ	ร
ม	า	า	ศ	ล	ส	า	ไ	พ	◌ิ	ผ	อ	ด	ะ
ด	ช	ร	ซ	ล	ฝ	ม	ฮ	◌ิ	ร	ส	ห	◌้	ห
◌ุ	ฉ	ณ	อ	ก	ง	◌ิ	เ	ษ	ถ	ว	◌ั	จ	า
ล	ด	ง	ส	า	ผ	น	ด	ข	ล	ม	ค	ย	ย
ฝ	ซ	ข	อ	พ	ห	ร	ร	ผ	ร	ถ	ฝ	ป	า
ด	ท	ไ	ไ	ฟ	ฟ	า	ต	ก	ศ	น	ไ	จ	ไ
บ	ญ	น	ฟ	ฝ	ก	า	ร	ย	◌่	อ	ย	จ	บ
แ	ค	ล	อ	ร	◌ี	◌่	ก	า	ร	ห	ม	◌ั	ก

ความกระหาย
สมดุล
ขม
แคลอรี่
คาร์โบไฮเดรต
อาหาร
การย่อย
กินได้
การหมัก
รสชาติ
นิสัย
สุขภาพ
แข็งแรง
สารอาหาร
โปรตีน
คุณภาพ
ซอส
พิษ
วิตามิน
น้ำหนัก

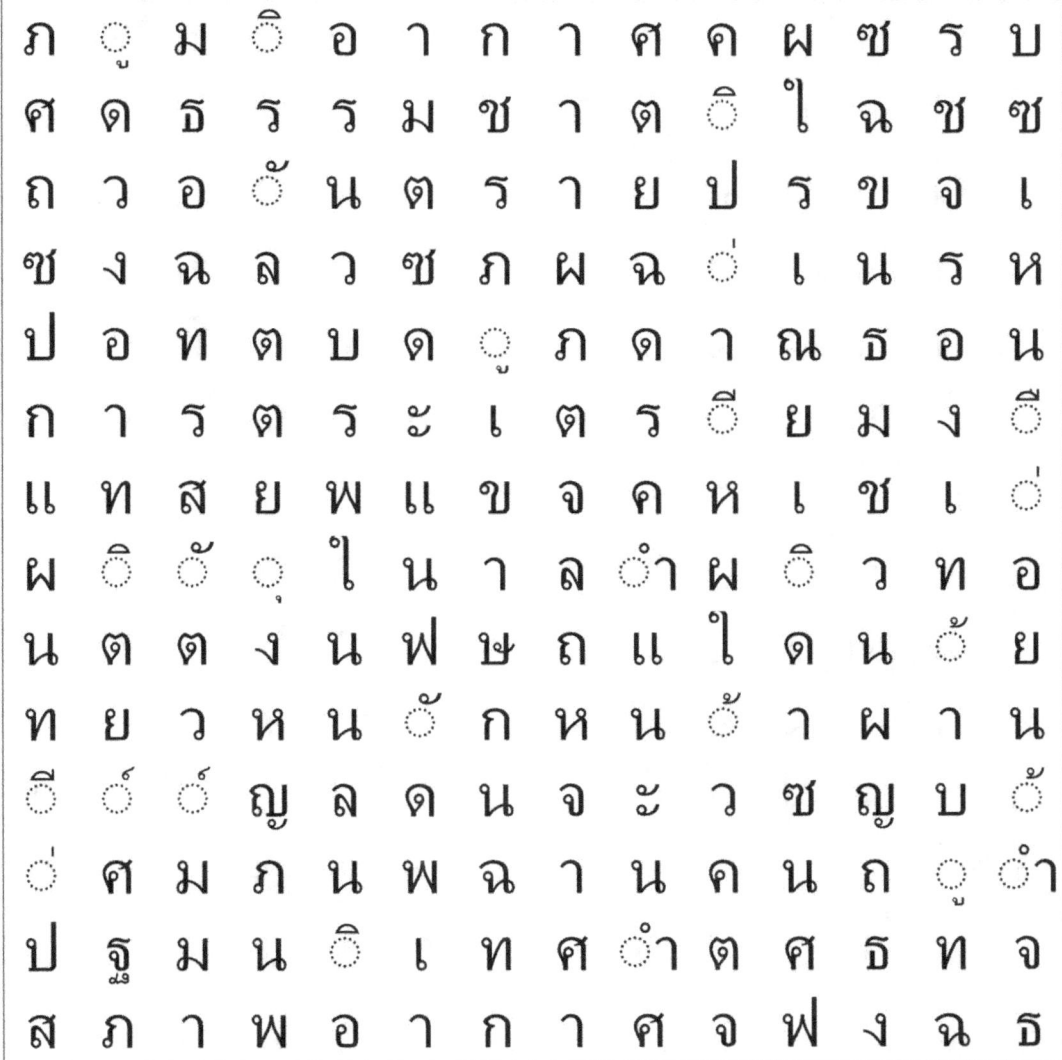

65 - Hiking

ภ	◌ู	ม	◌ิ	อ	า	ก	า	ศ	ค	ผ	ซ	ร	บ
ศ	ด	ธ	ร	ร	ม	ช	า	ต	◌ิ	ไ	ฉ	ช	ซ
ถ	ว	อ	◌ั	น	ต	ร	า	ย	ป	ร	ข	จ	เ
ซ	ง	ฉ	ล	ว	ซ	ภ	ผ	ฉ	◌่	เ	น	ร	ห
ป	อ	ท	ต	บ	ด	◌ู	ภ	ด	า	ณ	ธ	อ	น
ก	า	ร	ต	ร	ะ	เ	ต	ร	◌ี	ย	ม	ง	◌ี
แ	ท	ส	ย	พ	แ	ข	จ	ค	ห	เ	ช	เ	◌่
ผ	◌ิ	◌ั	◌ุ	ไ	น	า	ล	◌ำ	ผ	◌ิ	ว	ท	อ
น	ต	ต	ง	น	ฟ	ษ	ถ	แ	ไ	ด	น	◌้	ย
ท	ย	ว	ห	น	◌ั	ก	ห	น	◌้	า	ผ	า	น
◌ี	◌์	◌์	ญ	ล	ด	น	จ	ะ	ว	ซ	ญ	บ	◌ั
◌่	ศ	ม	ภ	น	พ	ฉ	า	น	ค	น	ถ	◌ู	◌ำ
ป	ฐ	ม	น	◌ิ	เ	ท	ศ	◌ำ	ต	ศ	ธ	ท	จ
ส	ภ	า	พ	อ	า	ก	า	ศ	จ	ฟ	ง	ฉ	ธ

สัตว์
รองเท้าบูท
หน้าผา
ภูมิอากาศ
คำแนะนำ
อันตราย
หนัก
แผนที่
ยุง
ภูเขา
ธรรมชาติ
ปฐมนิเทศ
การตระเตรียม
หิน
ดวงอาทิตย์
เหนื่อย
น้ำ
สภาพอากาศ
ป่า

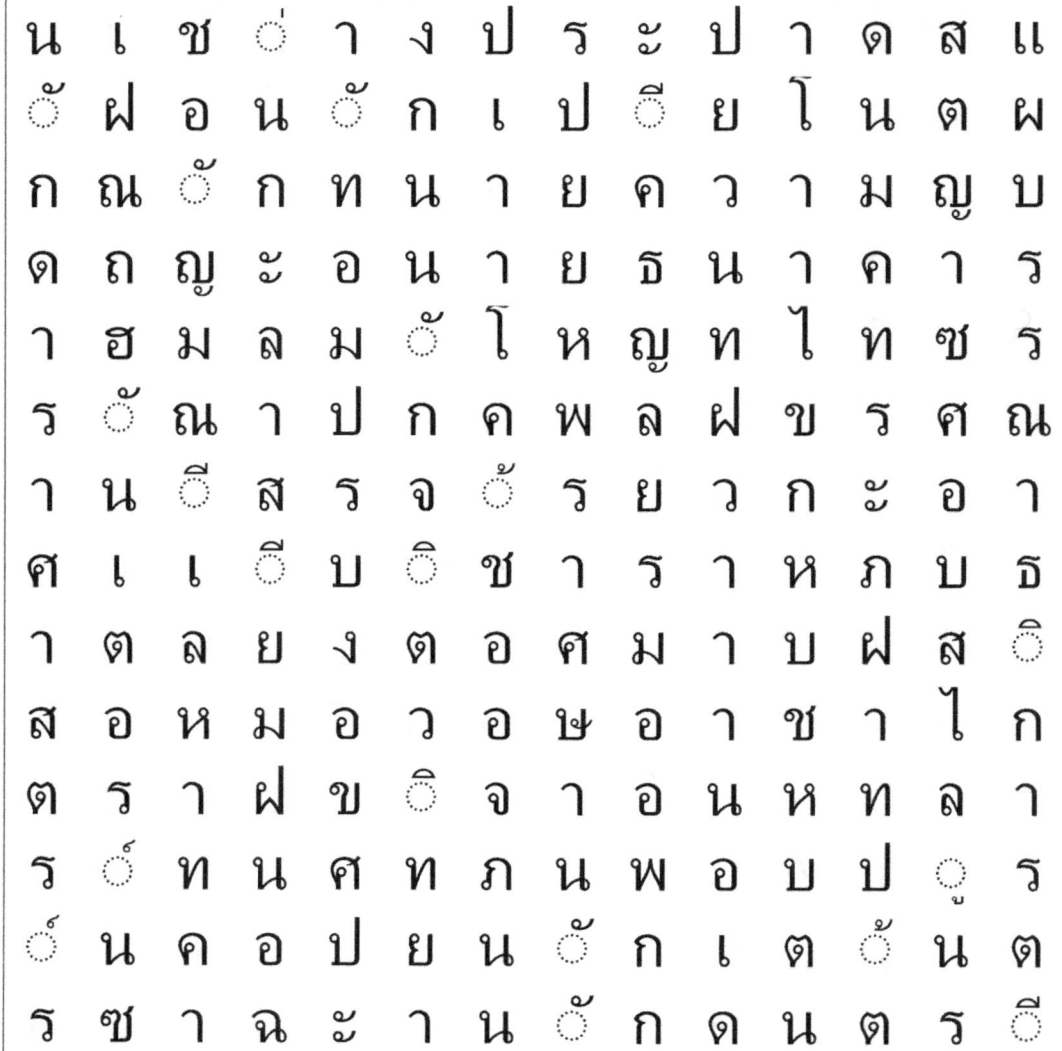

66 - Professions #1

น	เ	ช	◌่	า	ง	ป	ร	ะ	ป	า	ด	ส	แ
◌ั	ฝ	อ	น	◌ั	ก	เ	ป	◌ี	ย	โ	น	ต	ผ
ก	ณ	◌ั	ก	ท	น	า	ย	ค	ว	า	ม	ญ	บ
ด	ถ	ญ	ะ	อ	น	า	ย	ธ	น	า	ค	า	ร
า	ฮ	ม	ล	ม	◌ั	โ	ห	ญ	ท	ไ	ท	ซ	ร
ร	◌ั	ณ	า	ป	ก	ค	พ	ล	ฝ	ข	ร	ศ	ณ
า	น	◌ี	ส	ร	จ	◌้	ร	ย	ว	ก	ะ	อ	า
ศ	เ	เ	◌ี	บ	◌ิ	ช	า	ร	า	ห	ภ	บ	ธ
า	ต	ล	ย	ง	ต	อ	ศ	ม	า	บ	ฝ	ส	◌ิ
ส	อ	ห	ม	อ	ว	อ	ษ	อ	า	ช	า	ไ	ก
ต	ร	า	ฝ	ข	◌ิ	จ	า	อ	น	ห	ท	ล	า
ร	◌์	ท	น	ศ	ท	ภ	น	พ	อ	บ	ป	◌ุ	ร
◌์	น	ค	อ	ป	ย	น	◌ั	ก	เ	ต	◌้	น	ต
ร	ซ	า	ฉ	ะ	า	น	◌ั	ก	ด	น	ต	ร	◌ี

เอกอัครราชทูต
นักดาราศาสตร์
ทนายความ
นายธนาคาร
โค้ช
นักเต้น
หมอ
บรรณาธิการ
ฮันเตอร์
อัญมณี
นักดนตรี
พยาบาล
นักเปียโน
ช่างประปา
นักจิตวิทยา
กะลาสี

67 - Dinosaurs

ต	ภ	า	ว	แ	ม	ม	ม	อ	ธ	ฝ	ย	ฝ	ฝ
ป	น	ย	◌ิ	พ	ถ	า	ข	ภ	ท	ษ	า	ฝ	ข
ส	◌ั	ต	ว	◌์	ก	◌ิ	น	เ	น	◌ื	◌้	อ	น
ม	พ	ส	◌ั	ส	า	ย	พ	◌ั	น	ธ	◌ุ	◌์	า
ผ	ะ	ภ	ฒ	ฝ	ถ	ฟ	ค	ภ	ใ	ม	ด	ร	ด
อ	อ	ม	น	◌ิ	ว	อ	ร	◌์	ณ	ไ	ธ	ข	ห
ม	ฝ	แ	า	ใ	เ	ส	า	ษ	ถ	ท	ญ	ห	า
ส	ป	◌ี	ก	ห	ห	ซ	เ	ล	ว	ร	◌้	า	ย
ว	ม	ถ	า	ญ	ย	◌ิ	ต	ท	ใ	ง	ษ	ง	ต
ธ	ข	◌ุ	ร	◌่	◌ี	ล	ไ	ถ	ศ	พ	ณ	ณ	◌ั
โ	ล	ก	น	ส	◌่	ด	น	บ	ป	ล	ใ	บ	ว
ข	ห	ข	ฝ	ไ	อ	ด	ภ	ณ	ด	◌ั	ห	ง	ไ
ช	ญ	ฉ	ะ	า	พ	จ	ฉ	แ	ถ	ง	ฉ	ถ	ป
ไ	ฟ	ว	ข	ญ	แ	ร	◌็	พ	เ	ต	อ	ร	◌์

สัตว์กินเนื้อ
หายตัวไป
โลก
วิวัฒนาการ
ฟอสซิล
สมุนไพร
ใหญ่
แมมมอธ
ออมนิวอร์
ทรงพลัง
เหยื่อ
แร็พเตอร์
ขนาด
สายพันธุ์
หาง
เลวร้าย
ปีก

68 - Barbecues

ผ	ค	ฝ	ง	ร	จ	จ	ไ	ซ	อ	ส	ซ	ง	อ
ห	ค	ร	ะ	ช	ป	แ	ถ	ห	า	ต	ส	ย	า
ฝ	ผ	ห	อ	ธ	ย	ถ	ค	ะ	ห	ไ	ก	◌่	ห
ส	◌้	อ	ม	บ	ย	ซ	ว	อ	า	ฤ	ไ	า	า
บ	ร	ข	ต	ญ	ค	ไ	ร	ร	ร	ด	ณ	ง	ร
ณ	า	◌้	ห	ฟ	ฉ	ร	จ	อ	เ	◌ู	ธ	แ	ก
ม	◌ี	ด	อ	ง	ค	ก	◌ั	น	ย	ร	ว	บ	ล
ษ	อ	ถ	ว	น	ญ	ซ	า	ว	◌็	◌้	ก	ด	า
ม	ะ	เ	ข	◌ื	อ	เ	ท	ศ	น	อ	ย	น	ง
ร	น	ษ	พ	อ	า	ห	า	ร	ง	น	บ	ญ	ว
ล	ข	ส	ล	◌ี	ค	ว	า	ม	ห	◌ิ	ว	ต	◌ั
เ	ก	ล	◌ื	อ	◌่	ผ	ล	ไ	ม	◌้	ธ	ง	น
ก	บ	◌ั	ข	ะ	ฟ	อ	ส	ร	อ	ผ	◌ั	ก	อ
ม	ไ	ด	น	ต	ร	◌ี	น	เ	ะ	ด	ถ	า	ไ

ไก่
อาหารเย็น
ครอบครัว
อาหาร
ส้อม
เพื่อน
ผลไม้
เกม
ย่าง
ร้อน
ความหิว
มีด
อาหารกลางวัน
ดนตรี
สลัด
เกลือ
ซอส
ฤดูร้อน
มะเขือเทศ
ผัก

69 - Surfing

น	น	ถ	ส	ฝ	เ	ส	เ	ป	ร	ย	◌์	ซ	น
ค	ฟ	ถ	จ	ษ	ป	จ	◌ุ	ห	ม	ศ	ศ	ด	ว
น	ซ	ฟ	ล	ฝ	◌็	ฟ	ม	ด	ก	ย	ษ	ว	ไ
จ	ค	บ	ข	ฉ	น	จ	ห	ย	ข	ป	ร	ค	ข
ข	ภ	ศ	ท	ช	ท	ธ	า	ล	ล	◌ี	ค	ล	ว
ป	ะ	ด	◌ั	ภ	◌ี	แ	ส	แ	ร	ง	ด	◌ื	ธ
น	ว	ณ	อ	ซ	◌่	ช	ม	น	พ	น	น	◌่	พ
ไ	ฝ	◌ู	ง	ช	น	ม	◌ุ	พ	◌ุ	◌ั	ซ	น	ข
ฉ	จ	ว	ร	า	◌ิ	ป	ท	จ	ฟ	ก	ร	เ	ภ
ห	ะ	ภ	ศ	ย	ย	◌์	ร	ข	ฝ	ก	◌ู	ท	พ
ม	◌ื	อ	ไ	ห	ม	◌่	โ	ฟ	ม	◌ี	ป่	ท	ซ
ฝ	ษ	ค	ว	า	ม	เ	ร	◌็	ว	ฬ	แ	ล	ข
ษ	ซ	ศ	แ	ด	ล	ข	ษ	◌ี	ฉ	า	บ	ห	ธ
ส	ภ	า	พ	อ	า	ก	า	ศ	ฟ	ค	บ	น	แ

นักกีฬา
ชายหาด
มือใหม่
แชมป์
ฝูงชน
สุดขีด
โฟม
สนุก
มหาสมุทร
เป็นที่นิยม
รีฟ
ความเร็ว
สเปรย์
ท้อง
แรง
รูปแบบ
คลื่น
สภาพอากาศ

70 - Chocolate

ช	จ	ฝ	ฝ	ต	ม	ป	ณ	ณ	ฉ	ล	ท	ย	อ
◌่	ฝ	ศ	จ	ห	ข	จ	จ	ฟ	ญ	ห	ศ	ท	เ
า	ล	◌ู	ก	อ	ม	ษ	ษ	ม	ถ	ว	ฝ	◌ี	บ
ง	ก	ส	ห	ส	ฟ	ผ	พ	ศ	ภ	า	ฟ	◌่	อ
ฝ	ล	◌ู	ส	◌่	ว	น	ผ	ส	ม	น	ป	ช	ร
◌ี	◌ิ	ต	ม	ะ	พ	ร	◌้	า	ว	ส	า	◌ี	ส
ม	◌่	ร	ข	บ	ฝ	แ	ค	ล	อ	ร	◌ี	◌่	ร
◌ี	น	อ	ร	◌่	อ	ย	ป	ธ	ม	ธ	ว	น	ส
อ	ห	า	น	◌้	◌ำ	ต	า	ล	โ	ป	แ	ช	ช
บ	อ	ห	ถ	ค	ง	ซ	พ	แ	ก	◌ิ	น	อ	า
ถ	ม	า	พ	ธ	ย	ภ	เ	ณ	โ	ไ	ญ	บ	ต
ค	า	ร	า	เ	ม	ล	พ	ญ	ก	ด	ห	ญ	◌ิ
ค	◌ุ	ณ	ภ	า	พ	ะ	ซ	ย	◌้	ไ	ไ	ม	ไ
ศ	ด	ฉ	ษ	ด	แ	ร	ค	ภ	ถ	◌ั	◌่	ว	◌่

กลิ่นหอม
ช่างฝีมือ
ขม
โกโก้
แคลอรี่
ลูกอม
คาราเมล
มะพร้าว
อร่อย
แปลกใหม่
ที่ชื่นชอบ
รสชาติ
ส่วนผสม
ถั่ว
คุณภาพ
สูตรอาหาร
น้ำตาล
หวาน
รส
กิน

71 - Vegetables

ข	ผ	า	ต	อ	ด	ด	ศ	แ	ผ	บ	ท	ภ	ย
ษ	◌ิ	ท	ห	า	ก	ว	ข	แ	ค	ร	อ	ท	ธ
ท	ถ	ง	แ	ต	ม	ะ	เ	ข	◌ี	อ	เ	ท	ศ
ม	ไ	ฟ	บ	◌ิ	ห	◌ั	ว	ผ	◌ั	ก	ก	า	ด
ผ	ห	ป	ศ	โ	เ	ห	◌็	ด	ผ	โ	ห	อ	ม
◌ั	◌ั	ท	ล	ช	ฟ	ด	า	ฟ	ง	ค	◌ั	ก	ะ
ก	ว	ก	ซ	◌๊	ถ	◌ั	◌่	ว	ว	ล	ว	ร	เ
โ	ห	ะ	ช	ค	ษ	ย	ก	ช	ด	◌ี	ไ	ะ	ข
ข	อ	ห	ไ	◌ี	ะ	อ	ฉ	ท	ศ	แ	ช	เ	◌ี
ม	ม	ล	เ	ถ	ฝ	ฟ	ท	อ	อ	ต	เ	ท	อ
จ	ท	◌่	ซ	จ	ณ	ร	ย	ต	ย	ง	ท	◌ี	ณ
ข	ก	◌ำ	ศ	า	ส	ล	◌ั	ด	ร	ก	◌้	ย	ห
ข	◌ึ	◌ั	น	ฉ	◌่	า	ย	◌่	ฝ	ว	า	ม	ห
า	ผ	ข	บ	ญ	ค	ะ	ผ	อ	ง	า	บ	ห	ต

อาติโช๊ค
บรอกโคลี
แครอท
กะหล่ำ
ขึ้นฉ่าย
แตงกวา
มะเขือ
กระเทียม
ขิง
เห็ด
หัวหอม
ผักชีฝรั่ง
ถั่ว
ฟักทอง
หัวไชเท้า
สลัด
หอม
ผักโขม
มะเขือเทศ
หัวผักกาด

72 - Boats

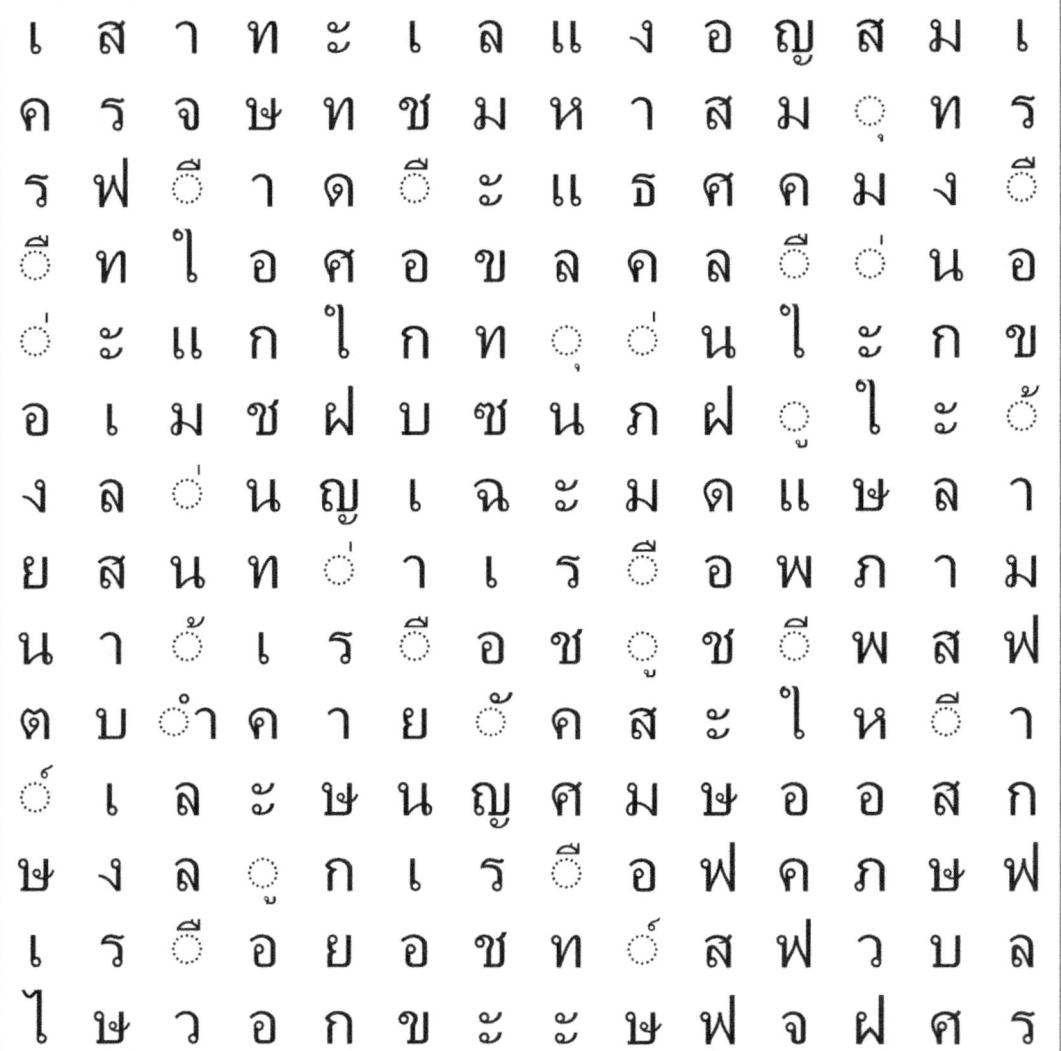

เ	ส	า	ท	ะ	เ	ล	แ	ง	อ	ญ	ส	ม	เ
ค	ร	จ	ษ	ท	ช	ม	ห	า	ส	ม	ุ	ท	ร
ร	ฟ	ื	า	ด	ื	ะ	แ	ธ	ศ	ค	ม	ง	ื
ื	ท	ไ	อ	ศ	อ	ข	ล	ค	ล	ื	่	น	อ
่	ะ	แ	ก	ไ	ก	ท	ุ	่	น	ไ	ะ	ก	ข
อ	เ	ม	ช	ฝ	บ	ซ	น	ภ	ฝ	ู	ไ	ะ	้
ง	ล	่	น	ญ	เ	ฉ	ะ	ม	ด	แ	ษ	ล	า
ย	ส	น	ท	่	า	เ	ร	ื	อ	พ	ภ	า	ม
น	า	้	เ	ร	ื	อ	ช	ู	ช	ี	พ	ส	ฟ
ต	บ	ำ	ค	า	ย	ั	ค	ส	ะ	ไ	ห	ื	า
์	เ	ล	ะ	ษ	น	ญ	ศ	ม	ษ	อ	อ	ส	ก
ษ	ง	ล	ู	ก	เ	ร	ื	อ	ฟ	ค	ภ	ษ	ฟ
เ	ร	ื	อ	ย	อ	ช	ท	์	ส	ฟ	ว	บ	ล
ไ	ษ	ว	อ	ก	ข	ะ	ะ	ษ	ฟ	จ	ฝ	ศ	ร

สมอ
ทุ่น
แคนู
ลูกเรือ
ท่าเรือ
เครื่องยนต์
เรือข้ามฟาก
คายัค
ทะเลสาบ
เรือชูชีพ
เสา
มหาสมุทร
แพ
แม่น้ำ
เชือก
เรือใบ
กะลาสี
ทะเล
คลื่น
เรือยอชท์

73 - Activities and Leisure

ฟ	ล	ม	ไ	ส	เ	ม	ฟ	เ	บ	ศ	ไ	ผ	ง
ธ	า	ฟ	ไ	ห	ท	เ	ค	ด	า	◌ิ	ส	◌่	า
ม	ะ	ช	ฝ	น	น	า	พ	◌ิ	ส	ล	ฝ	อ	น
ห	ว	ซ	ค	ด	น	ห	บ	น	เ	ป	ไ	น	อ
ป	◌่	ะ	ง	ศ	◌ิ	ญ	ห	ท	ก	ะ	ฟ	ค	ด
ก	า	ร	ท	◌ำ	ส	ว	น	า	ต	แ	◌ุ	ล	◌ิ
ก	ย	ต	ข	ภ	ฉ	ร	ว	ง	บ	ใ	ต	า	เ
ค	น	ข	ก	ฉ	า	ไ	ก	ง	อ	ษ	บ	ย	ร
ร	◌้	ท	อ	ป	ไ	พ	ใ	ท	ล	บ	อ	ษ	ก
ฉ	◌ำ	ซ	ห	ค	ล	ญ	ว	า	◌่	ก	ล	ต	พ
เ	บ	ส	บ	อ	ล	า	ร	า	ษ	อ	ช	ซ	ว
ธ	ษ	ฝ	ท	ซ	ะ	ม	ม	ง	ด	ล	ง	ต	ล
น	พ	ษ	ห	ฟ	ผ	ว	ต	ฝ	ไ	◌์	ง	เ	เ
ะ	ด	◌ำ	น	◌้	◌ำ	ย	ถ	ษ	ค	ฟ	เ	ค	ส

ศิลปะ
เบสบอล
บาสเกตบอล
มวย
ดำน้ำ
ตกปลา
การทำสวน
กอล์ฟ
งานอดิเรก
ภาพวาด
ผ่อนคลาย
ฟุตบอล
ท่อง
ว่ายน้ำ
เทนนิส
เดินทาง

74 - Driving

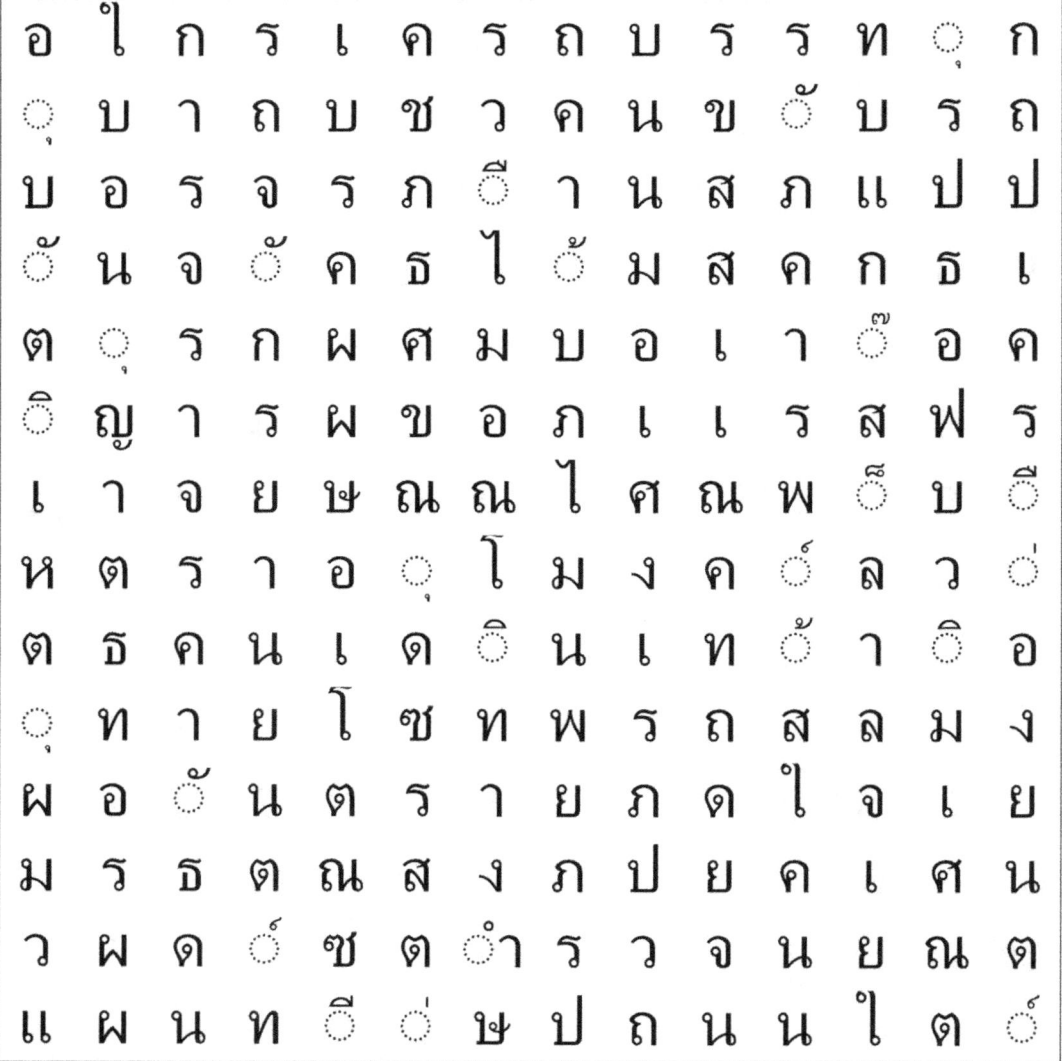

อ	ใ	ก	ร	เ	ค	ร	ถ	บ	ร	ร	ท	ุ	ก
ุ	บ	า	ถ	บ	ช	ว	ค	น	ข	ั	บ	ร	ถ
บ	อ	ร	จ	ร	ภ	ื	า	น	ส	ภ	แ	ป	ป
ั	น	จ	ั	ค	ธ	ไ	้	ม	ส	ค	ก	ธ	เ
ต	ุ	ร	ก	ผ	ศ	ม	บ	อ	เ	า	็	อ	ค
ิ	ญ	า	ร	ผ	ข	อ	ภ	เ	เ	ร	ส	ฟ	ร
เ	า	จ	ย	ษ	ณ	ณ	ไ	ศ	ณ	พ	็	บ	ื
ห	ต	ร	า	อ	ุ	โ	ม	ง	ค	์	ล	ว	่
ต	ธ	ค	น	เ	ด	ิ	น	เ	ท	้	า	ิ	อ
ุ	ท	า	ย	โ	ซ	ท	พ	ร	ถ	ส	ล	ม	ง
ผ	อ	ั	น	ต	ร	า	ย	ภ	ด	ไ	จ	เ	ย
ม	ร	ธ	ต	ณ	ส	ง	ภ	ป	ย	ค	เ	ศ	น
ว	ผ	ด	์	ซ	ต	ำ	ร	ว	จ	น	ย	ณ	ต
แ	ผ	น	ท	ี	่	ษ	ป	ถ	น	น	ใ	ต	์

อุบัติเหตุ	เครื่องยนต์
เบรค	รถจักรยานยนต์
รถ	คนเดินเท้า
อันตราย	ตำรวจ
คนขับรถ	ความเร็ว
เชื้อเพลิง	ถนน
โรงรถ	การจราจร
แก๊ส	รถบรรทุก
ใบอนุญาต	อุโมงค์
แผนที่	

75 - Professions #2

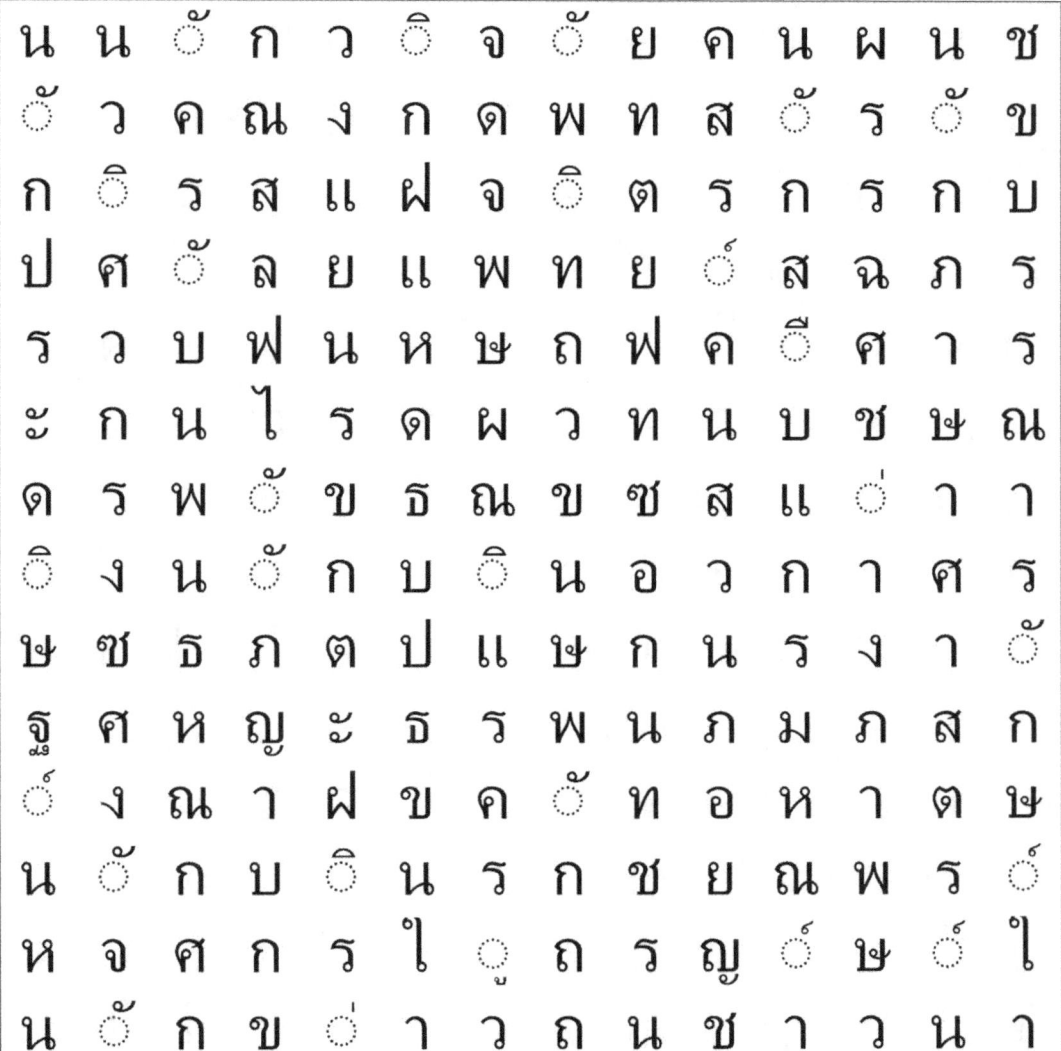

น	น	◌ั	ก	ว	◌ิ	จ	◌ั	ย	ค	น	ผ	น	ช
◌ั	ว	ค	ณ	ง	ก	ด	พ	ท	ส	◌ั	ร	◌ั	ข
ก	◌ิ	ร	ส	แ	ฝ	จ	◌ิ	ต	ร	ก	ร	ก	บ
ป	ศ	◌ั	ล	ย	แ	พ	ท	ย	◌์	ส	ฉ	ภ	ร
ร	ว	บ	ฟ	น	ห	ษ	ถ	ฟ	ค	◌ี	ศ	า	ร
ะ	ก	น	ไ	ร	ด	ผ	ว	ท	น	บ	ช	ษ	ณ
ด	ร	พ	◌ั	ข	ธ	ณ	ข	ซ	ส	แ	◌่	า	า
◌ิ	ง	น	◌ั	ก	บ	◌ิ	น	อ	ว	ก	า	ศ	ร
ษ	ซ	ธ	ภ	ต	ป	แ	ษ	ก	น	ร	ง	า	◌ั
ฐ	ศ	ห	ญ	ะ	ธ	ร	พ	น	ภ	ม	ภ	ส	ก
◌์	ง	ณ	า	ฝ	ข	ค	◌ั	ท	อ	ห	า	ต	ษ
น	◌ั	ก	บ	◌ิ	น	ร	ก	ช	ย	ณ	พ	ร	◌์
ห	จ	ศ	ก	ร	ไ	◌ู	ถ	ร	ญ	◌์	ษ	◌์	ไ
น	◌ั	ก	ข	◌่	า	ว	ถ	น	ช	า	ว	น	า

นักบินอวกาศ
นักสืบ
วิศวกร
ชาวนา
คนสวน
นักประดิษฐ์
นักข่าว
บรรณารักษ์
นักภาษาศาสตร์
จิตรกร
นักปรัชญา
ช่างภาพ
แพทย์
นักบิน
นักวิจัย
ศัลยแพทย์
ครู

76 - Emotions

ก	ข	ะ	ไ	เ	ษ	ส	ด	ถ	ม	ร	เ	ค	ก
ต	ข	น	ส	น	ซ	จ	ฟ	ห	แ	◌ั	น	ว	า
◌ั	ม	ภ	◌ั	ภ	ก	อ	น	ซ	ย	ก	◌ี	า	ร
ญ	ะ	ฝ	น	ร	ล	ย	ร	ด	อ	จ	◌้	ม	บ
ญ	ฝ	ป	ต	ไ	◌ั	ต	แ	◌์	ผ	ค	อ	ส	ร
◌ู	ค	ค	◌ิ	ส	ว	ก	ฝ	ฉ	ไ	ณ	ห	ง	ร
ฉ	ว	ว	ภ	ด	า	ต	ย	ษ	ผ	พ	า	บ	เ
ท	า	า	า	พ	ฟ	า	◌ี	ศ	◌่	น	ร	ฟ	ท
ว	ม	ม	พ	ม	เ	บ	◌ื	◌่	อ	ไ	ป	ส	า
พ	เ	เ	แ	ย	โ	ต	เ	ผ	น	ง	ศ	ง	◌์
อ	ศ	ม	ผ	ต	อ	ก	ศ	ไ	ค	เ	แ	บ	ป
ไ	ร	ต	◌่	ย	ด	ว	ร	แ	ล	ะ	ต	ษ	ด
จ	◌้	ต	ว	ต	ถ	อ	ป	ธ	า	ไ	ภ	◌้	จ
ไ	า	า	ๆ	ะ	ณ	ฉ	บ	ณ	ย	ถ	ไ	ไ	น

ความโกรธ
เบื่อ
สงบ
เนื้อหา
ตื่นเต้น
กลัว
กตัญญู
จอย
ความเมตตา
รัก
สันติภาพ
ผ่อนคลาย
การบรรเทา
ความเศร้า
พอใจ
เซอร์ไพรส์
แผ่วๆ
ความสงบ

77 - Mythology

จ	ค	ร	ธ	ร	ธ	ค	ย	แ	ณ	แ	ค	ง	เ
ร	น	ธ	ฉ	ค	ล	อ	ไ	แ	ป	ก	เ	ภ	ข
ภ	◌ั	ย	พ	◌ิ	บ	◌ั	ต	◌ิ	ร	◌้	บ	ป	า
ญ	ป	ช	ญ	ญ	พ	ผ	เ	ซ	ผ	แ	พ	ก	ว
ค	ว	า	ม	ห	◌ึ	ง	ห	ว	ง	ค	ฤ	ค	ง
ส	ว	ร	ร	ค	◌์	ป	จ	ฝ	ข	◌้	ต	ฮ	ก
ฟ	ค	ว	า	ม	เ	ช	◌ื	◌่	อ	น	◌ิ	◌ี	ต
◌้	◌้	ส	ผ	ถ	ท	น	◌ั	ก	ร	บ	ก	โ	อ
า	ด	า	ไ	ญ	พ	ว	◌ั	ฒ	น	ธ	ร	ร	ม
ผ	ก	า	ร	ส	ร	◌้	า	ง	ร	ท	ร	◌่	น
◌่	ห	อ	ต	◌้	น	แ	บ	บ	ก	ม	ม	น	ต
า	ศ	ฉ	ม	ฉ	อ	ม	ต	ภ	า	พ	ค	เ	ง
า	ต	ธ	ส	◌ิ	◌่	ง	ม	◌ี	ช	◌ี	ว	◌ิ	ต
ช	ย	ต	◌ำ	น	า	น	ห	บ	ธ	ฝ	ก	จ	ผ

ต้นแบบ
พฤติกรรม
ความเชื่อ
การสร้าง
สิ่งมีชีวิต
วัฒนธรรม
เทพ
ภัยพิบัติ
สวรรค์
ฮีโร่
อมตภาพ
ความหึงหวง
เขาวงกต
ตำนาน
ฟ้าผ่า
ยแร
แก้แค้น
ฟ้าร้อง
นักรบ

78 - Hair Types

ส	◌ี	น	◌้	◌ำ	ต	า	ล	ก	ร	ถ	ร	ต	ศ
ส	◌ี	ด	ส	◌ี	บ	ล	อ	น	ด	◌์	บ	ซ	น
◌ี	น	เ	ง	◌ิ	น	ค	จ	ธ	ฟ	ท	ญ	า	ศ
ด	ณ	แ	ท	เ	น	ธ	ช	น	ผ	ซ	ณ	ย	ง
◌ำ	เ	า	ก	า	ห	ย	◌ิ	ก	ส	ง	อ	ด	ถ
ถ	พ	ห	น	า	แ	ห	◌้	ง	ง	ไ	ข	น	ล
ร	ถ	ย	า	ว	ฟ	ว	ญ	ต	ผ	ว	ภ	ท	ฟ
ว	◌ั	◌ั	น	จ	ห	ถ	◌ั	ก	เ	ป	◌ี	ย	เ
น	ก	ก	อ	ง	◌ั	แ	ข	◌็	ง	แ	ร	ง	ส
ม	ก	ก	น	พ	ว	ช	ภ	ค	า	ฉ	ฝ	บ	บ
ข	า	ว	ไ	ผ	ล	ธ	ส	ย	ษ	ส	เ	ฝ	ข
ฉ	ผ	พ	ถ	ด	◌้	ด	ร	◌ี	ภ	อ	น	ฝ	ก
ม	ต	า	อ	ะ	า	ส	◌ั	◌้	น	ค	พ	น	า
ช	ป	อ	◌่	อ	น	น	◌ุ	◌่	ม	ฉ	ผ	ซ	ฟ

หัวล้าน
สีดำ
สีบลอนด์
ถัก
ถักเปีย
สีน้ำตาล
สี
หยิก
แห้ง
สีเทา
แข็งแรง
ยาว
เงา
สั้น
เงิน
อ่อนนุ่ม
หนา
บาง
หยัก
ขาว

79 - Furniture

ไ	ม	ผ	ก	ร	ะ	จ	ก	อ	ผ	น	ห	ย	ซ
ย	ผ	◌้	า	น	ว	ม	ถ	า	ห	ก	ฟ	ม	ฟ
ฟ	บ	า	า	ญ	ศ	น	พ	ร	ม	ก	บ	ก	◌ู
ข	ท	ม	ย	น	จ	ท	ก	◌์	อ	ง	จ	ก	ก
า	ส	◌่	ธ	ร	◌ั	◌ี	ะ	ม	น	ฝ	ด	น	ธ
เ	ไ	า	ด	ช	ด	◌่	แ	◌ั	อ	ถ	ช	เ	จ
ก	ถ	น	ญ	ร	อ	น	ง	ว	◌ิ	ห	ม	อ	น
◌้	ว	ค	ต	ช	ท	อ	ฟ	ร	ง	า	ด	า	ช
า	เ	ป	ล	ญ	ว	น	ะ	◌์	ถ	เ	อ	ม	◌ั
อ	ก	บ	ต	◌ู	◌้	ห	น	◌ั	ง	ส	◌ื	อ	◌ั
◌ี	ฝ	ว	จ	ภ	ศ	ษ	ฝ	ญ	โ	ซ	ฟ	า	น
◌้	ฝ	ต	ฉ	ะ	ช	ธ	ย	เ	ต	◌ี	ย	ง	ว
แ	ณ	ญ	ธ	ไ	พ	ณ	ฉ	ฉ	◌๊	ก	ฝ	า	า
โ	ค	ม	ไ	ฟ	ญ	ซ	ท	ษ	ะ	ส	ฟ	ส	ง

อาร์มัวร์
เตียง
ม้านั่ง
ตู้หนังสือ
เก้าอี้
ผ้านวม
โซฟา
ผ้าม่าน
หมอนอิง
โต๊ะ
ฟูก
เปลญวน
โคมไฟ
ที่นอน
กระจก
หมอน
พรม
ชั้นวาง

80 - Garden

ข	ผ	ร	แ	ภ	ข	ฝ	ถ	อ	แ	แ	ต	ห	บ
พ	ะ	◌ั	ง	ท	ค	ฝ	ะ	ภ	ไ	ศ	◌้	ญ	◌่
ด	ฉ	◌้	ช	โ	ร	ง	ร	ถ	ด	◌ิ	น	◌้	อ
ช	อ	ว	ส	น	า	ม	ห	ญ	◌้	า	ไ	า	น
ส	ถ	ก	ฝ	แ	ด	◌้	โ	ธ	ณ	บ	ม	แ	◌้
ว	ว	ร	ไ	ว	ภ	า	ท	พ	บ	น	◌้	ง	◌ํา
น	◌ั	น	ห	ม	ข	น	เ	ป	ล	ญ	ว	น	ผ
ณ	ช	เ	ผ	ด	◌้	◌ั	บ	◌ุ	ช	◌ี	ศ	ศ	ณ
ฉ	พ	ข	พ	ล	◌ั	◌่	ว	ฝ	อ	ห	น	ต	ภ
ข	◌ี	ว	ด	ร	ไ	ง	ร	ะ	เ	บ	◌ี	ย	ง
ท	ช	เ	ถ	ภ	ถ	ม	ถ	ท	า	ภ	ว	ง	ร
ฉ	แ	ช	ช	า	น	บ	◌้	า	น	แ	ป	ท	ด
ค	ท	◌่	อ	ต	ง	ล	เ	ส	ภ	ล	ค	พ	ไ
ม	ห	ร	ซ	บ	บ	ณ	ร	ล	ภ	เ	ค	ษ	ต

ม้านั่ง
บช
รั้ว
ดอกไม้
โรงรถ
สวน
หญ้า
เปลญวน
ท่อ
สนามหญ้า
สวนผลไม้
บ่อน้ำ
ระเบียง
คราด
พลั่ว
ดิน
ชานบ้าน
แทรมโพลีน
ต้นไม้
วัชพืช

81 - Birthday

ป	ฏ	◌ิ	ท	◌ิ	น	ถ	ด	ถ	ม	ย	ซ	ร	ภ
ข	ห	แ	จ	ว	ไ	ว	เ	ซ	◌ี	ค	ธ	◌้	ง
ส	น	◌ุ	ก	ไ	ฟ	ล	ท	เ	ค	◌้	ก	อ	ส
ษ	ต	า	ญ	า	ข	พ	◌ี	พ	ว	◌ั	น	ง	พ
ข	อ	ง	ข	ว	◌ั	ญ	ย	ล	า	ด	ะ	เ	ผ
เ	ต	ฟ	ค	ช	ท	ฝ	น	ง	ม	ไ	ข	พ	ไ
ล	ก	ก	ป	ห	น	◌ุ	◌่	ม	ส	า	ว	ล	ป
ฟ	ง	◌ิ	◌ี	◌ั	ล	ธ	ภ	ธ	◌ุ	ข	ส	ง	ธ
ณ	ร	ฟ	ด	า	ญ	ฝ	ผ	ธ	ข	ม	ฉ	ฝ	ท
เ	พ	◌ี	◌่	อ	น	ญ	ค	◌ำ	เ	ช	◌ิ	ญ	ซ
ฟ	ว	ต	ด	ม	ฝ	ไ	า	ไ	ธ	น	ฟ	แ	ษ
า	ท	ล	ผ	ไ	เ	ร	◌ี	ย	น	ร	◌ู	◌้	ญ
ข	จ	ด	า	พ	◌ิ	เ	ศ	ษ	ค	ฝ	ผ	ว	ษ
ฝ	ถ	แ	ภ	◌่	ง	า	น	ฉ	ล	อ	ง	ถ	ต

เกิด
เค้ก
ปฏิทิน
เทียน
ไพ่
งานฉลอง
วัน
เพื่อน
สนุก
ของขวัญ
มีความสุข
คำเชิญ
เพลง
พิเศษ
เวลา
เรียนรู้
ร้องเพลง
ปัญญา
ปี
หนุ่มสาว

82 - Beach

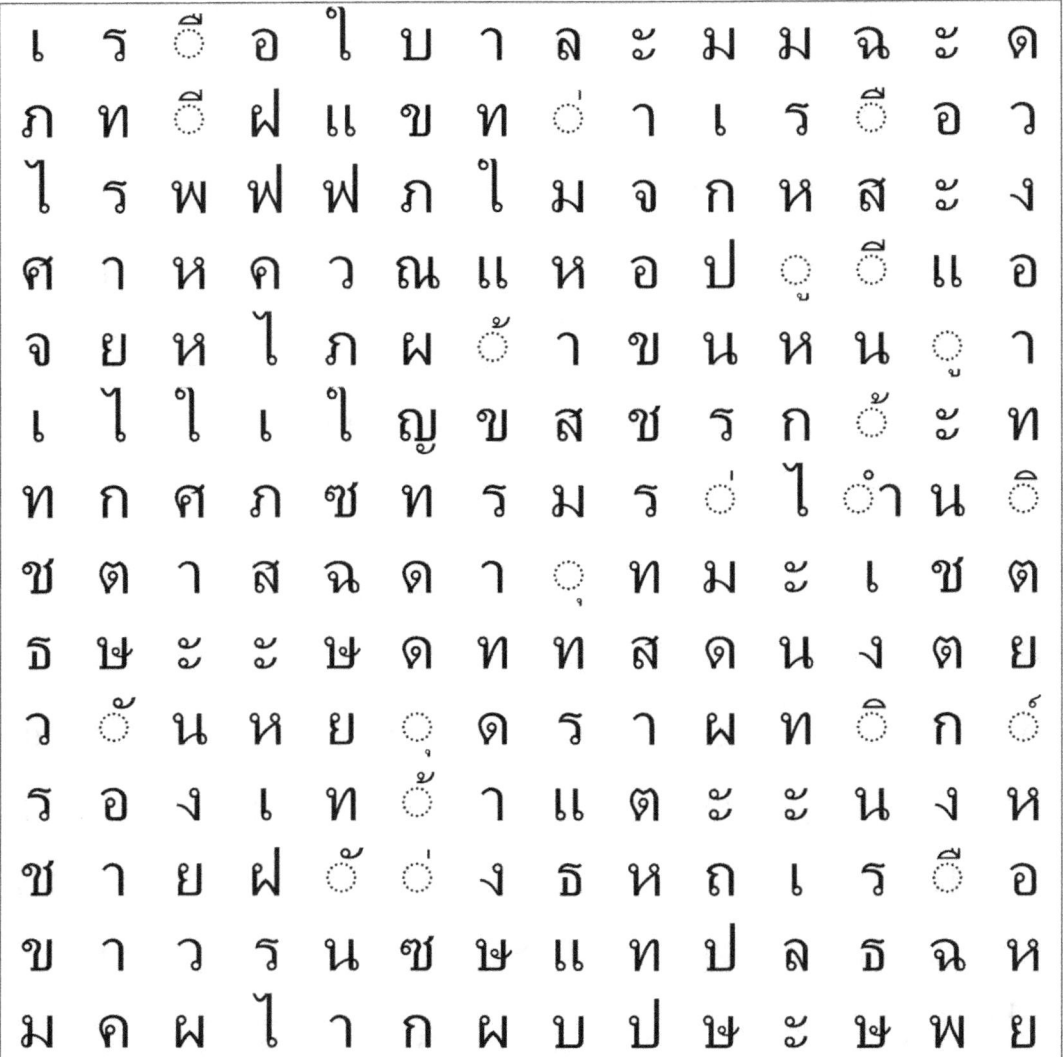

เ	ร	◌ื	อ	ใ	บ	า	ล	ะ	ม	ม	ฉ	ะ	ด
ภ	ท	◌ี	ฝ	แ	ข	ท	◌่	า	เ	ร	◌ื	อ	ว
ไ	ร	พ	ฟ	ฟ	ภ	ไ	ม	จ	ก	ห	ส	ะ	ง
ศ	า	ห	ค	ว	ณ	แ	ห	อ	ป	◌ู	◌ี	แ	อ
จ	ย	ห	ไ	ภ	ผ	◌้	า	ข	น	ห	น	◌ู	า
เ	ไ	ใ	เ	ใ	ญ	ข	ส	ช	ร	ก	◌้	ะ	ท
ท	ก	ศ	ภ	ซ	ท	ร	ม	ร	◌่	ไ	◌ำ	น	◌ิ
ช	ต	า	ส	ฉ	ด	า	◌ุ	ท	ม	ะ	เ	ช	ต
ธ	ษ	ะ	ะ	ษ	ด	ท	ท	ส	ด	น	ง	ต	ย
ว	◌ั	น	ห	ย	◌ุ	ด	ร	า	ผ	ท	◌ิ	ก	◌์
ร	อ	ง	เ	ท	◌้	า	แ	ต	ะ	ะ	น	ง	ห
ช	า	ย	ฝ	◌ั	◌่	ง	ธ	ห	ถ	เ	ร	◌ื	อ
ข	า	ว	ร	น	ซ	ษ	แ	ท	ป	ล	ธ	ฉ	ห
ม	ค	ผ	ไ	า	ก	ผ	บ	ป	ษ	ะ	ษ	พ	ย

สีน้ำเงิน
เรือ
ชายฝั่ง
ปู
ท่าเรือ
เกาะ
ลากูน
มหาสมุทร
รีฟ
เรือใบ
ทราย
รองเท้าแตะ
ทะเล
ดวงอาทิตย์
ผ้าขนหนู
ร่ม
วันหยุด

83 - Adjectives #1

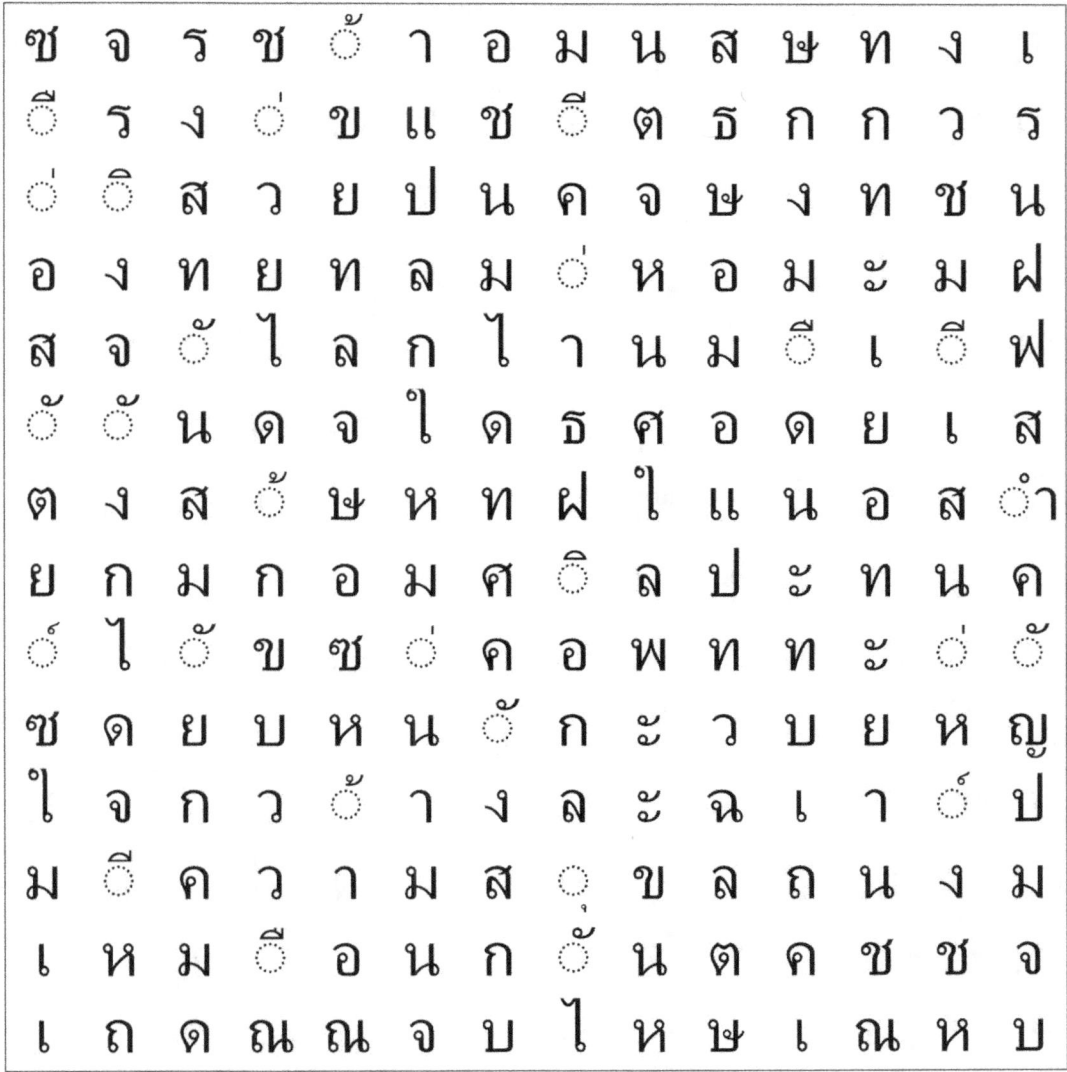

ซ	จ	ร	ช	◌้	า	อ	ม	น	ส	ษ	ท	ง	เ
◌ี	ร	ง	◌่	ข	แ	ช	◌ี	ต	ธ	ก	ก	ว	ร
◌่	◌ิ	ส	ว	ย	ป	น	ค	จ	ษ	ง	ท	ช	น
อ	ง	ท	ย	ท	ล	ม	◌่	ห	อ	ม	ะ	ม	ฝ
ส	จ	◌ั	ไ	ล	ก	ไ	า	น	ม	◌ี	เ	◌ี	ฟ
◌ั	◌ั	น	ด	จ	ใ	ด	ธ	ศ	อ	ด	ย	เ	ส
ต	ง	ส	◌้	ษ	ห	ท	ฝ	ใ	แ	น	อ	ส	◌ำ
ย	ก	ม	ก	อ	ม	ศ	◌ิ	ล	ป	ะ	ท	น	ค
◌์	ไ	◌ั	ข	ซ	◌่	ค	อ	พ	ท	ท	ะ	◌่	◌ั
ซ	ด	ย	บ	ห	น	◌ั	ก	ะ	ว	บ	ย	ห	ญ
ใ	จ	ก	ว	◌้	า	ง	ล	ะ	ฉ	เ	า	◌์	ป
ม	◌ี	ค	ว	า	ม	ส	◌ุ	ข	ล	ถ	น	ง	ม
เ	ห	ม	◌ื	อ	น	ก	◌ั	น	ต	ค	ช	ช	จ
เ	ถ	ด	ณ	ณ	จ	บ	ไ	ห	ษ	เ	ณ	ห	บ

แน่นอน
ทะเยอทะยาน
หอม
ศิลปะ
มีเสน่ห์
สวย
มืด
แปลกใหม่
ใจกว้าง
มีความสุข
หนัก
ช่วยได้
ซื่อสัตย์
เหมือนกัน
สำคัญ
ทันสมัย
จริงจัง
ช้า
บาง
มีค่า

84 - Rainforest

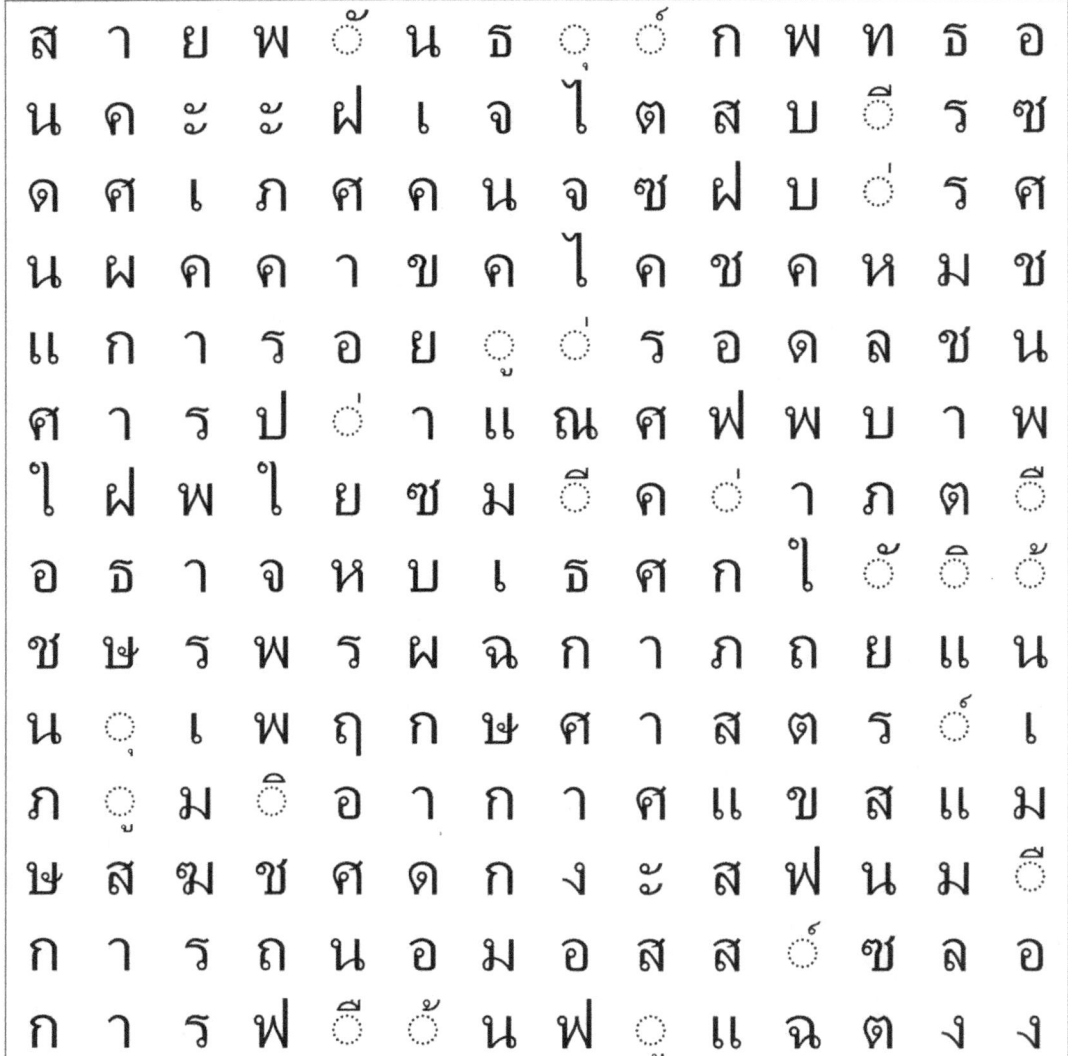

ส	า	ย	พ	◌ั	น	ธ	◌ุ	◌์	ก	พ	ท	ธ	อ
น	ค	ะ	ะ	ฝ	เ	จ	ไ	ต	ส	บ	◌ี	ร	ซ
ด	ศ	เ	ภ	ศ	ค	น	จ	ซ	ฝ	บ	◌่	ร	ศ
น	ผ	ค	ค	า	ข	ค	ไ	ค	ช	ค	ห	ม	ช
แ	ก	า	ร	อ	ย	◌ู	◌่	ร	อ	ด	ล	ช	น
ศ	า	ร	ป	◌่	า	แ	ณ	ศ	ฟ	พ	บ	า	พ
ไ	ฝ	พ	ไ	ย	ซ	ม	◌ี	ค	◌่	า	ภ	ต	◌ี
อ	ธ	า	จ	ห	บ	เ	ธ	ศ	ก	ไ	◌ั	◌ิ	◌้
ช	ษ	ร	พ	ร	ผ	ฉ	ก	า	ภ	ถ	ย	แ	น
น	◌ุ	เ	พ	ฤ	ก	ษ	ศ	า	ส	ต	ร	◌์	เ
ภ	◌ู	ม	◌ิ	อ	า	ก	า	ศ	แ	ข	ส	แ	ม
ษ	ส	ฆ	ช	ศ	ด	ก	ง	ะ	ส	ฟ	น	ม	◌ี
ก	า	ร	ถ	น	อ	ม	อ	ส	ส	◌์	ซ	ล	อ
ก	า	ร	ฟ	◌ี	◌้	น	ฟ	◌ู	แ	ฉ	ต	ง	ง

นก
พฤกษศาสตร์
ภูมิอากาศ
เมฆ
ชุมชน
ชนพื้นเมือง
แมลง
ป่า
มอสส์
ธรรมชาติ
การถนอม
ที่หลบภัย
เคารพ
การฟื้นฟู
สายพันธุ์
การอยู่รอด
มีค่า

85 - Technology

ค	ท	ซ	ถ	แ	ว	ไ	ก	ใ	น	เ	ง	ส	บ
ว	อ	า	ท	เ	ย	◌ิ	ญ	ไ	แ	ส	ด	ง	บ
า	ห	ม	ห	น	◌้	า	จ	อ	ญ	ม	ถ	ป	จ
ม	ล	ป	พ	ข	ฝ	อ	ะ	◌ั	ก	◌ื	ศ	ง	เ
ป	ค	ม	า	◌ิ	ค	ภ	ร	ภ	ย	อ	ต	ข	บ
ล	ซ	ภ	เ	ป	ว	ผ	ภ	บ	ร	น	ย	ไ	ร
อ	ก	ล	◌้	อ	ง	เ	ณ	ข	ล	ร	จ	ฟ	า
ด	◌ิ	จ	◌ิ	ท	◌ั	ล	ต	◌้	ะ	◌็	ค	ล	ว
ภ	ข	◌้	อ	ม	◌ู	ล	ข	อ	า	ง	อ	◌์	◌์
◌ั	ง	ณ	อ	ไ	บ	ต	◌์	ค	ร	ด	ง	ก	เ
ย	ข	ซ	อ	ฟ	ต	◌์	แ	ว	ร	◌์	ง	ร	ซ
ส	ถ	◌ิ	ต	◌ิ	ไ	ค	ล	า	ณ	ท	น	ฟ	อ
แ	ไ	ล	อ	ข	ช	เ	ส	ม	ฉ	ซ	ษ	ช	ร
ห	อ	แ	บ	บ	อ	◌ั	ก	ษ	ร	ศ	ธ	ไ	◌์

บล็อก
เบราว์เซอร์
ไบต์
กล้อง
คอมพิวเตอร์
ข้อมูล
ดิจิทัล
แสดง
ไฟล์
แบบอักษร
ข้อความ
วิจัย
หน้าจอ
ความปลอดภัย
ซอฟต์แวร์
สถิติ
เสมือน

86 - Landscapes

ง	แ	ค	ผ	พ	ถ	ห	จ	ล	า	พ	ค	ม	ค
แ	ม	◌่	น	◌้	◌ำ	ไ	◌ุ	ด	ภ	ภ	ผ	ห	า
ท	ะ	เ	ล	ท	ร	า	ย	บ	◌ู	◌ู	ถ	า	บ
◌ุ	ท	ร	ก	ะ	ป	จ	ฝ	ถ	เ	เ	อ	ส	ส
น	ต	บ	ไ	เ	ล	ห	ณ	◌้	ข	ข	ผ	ม	ม
ด	ไ	เ	◌ื	ล	ไ	ฉ	ส	◌ำ	า	า	า	◌ุ	◌ุ
ร	ก	น	เ	ง	ห	ห	ซ	ป	ไ	ย	า	ท	ท
า	เ	◌ิ	ม	ก	ไ	ธ	โ	ค	ฟ	ส	ญ	ร	ร
ะ	ซ	น	น	ส	า	ก	อ	ช	า	ย	ห	า	ด
ผ	อ	เ	ฟ	อ	ท	ะ	เ	ล	ส	า	บ	ร	ค
ศ	ร	ข	ภ	ฉ	ไ	ด	อ	า	อ	ผ	พ	ฝ	ว
ศ	◌์	า	ป	ง	ย	ท	ซ	ข	ธ	ป	ธ	ท	ง
น	◌้	◌ำ	ต	ก	ญ	ไ	◌ิ	ต	ภ	ไ	ฉ	ณ	เ
ฉ	ว	ช	อ	ไ	อ	อ	ส	ฝ	ญ	ธ	ษ	ช	ฝ

ชายหาด
ถ้ำ
ทะเลทราย
ไกเซอร์
เนินเขา
เกาะ
ทะเลสาบ
ภูเขา
โอเอซิส
มหาสมุทร
คาบสมุทร
แม่น้ำ
ทะเล
บึง
ทุนดรา
หุบเขา
ภูเขาไฟ
น้ำตก

87 - Visual Arts

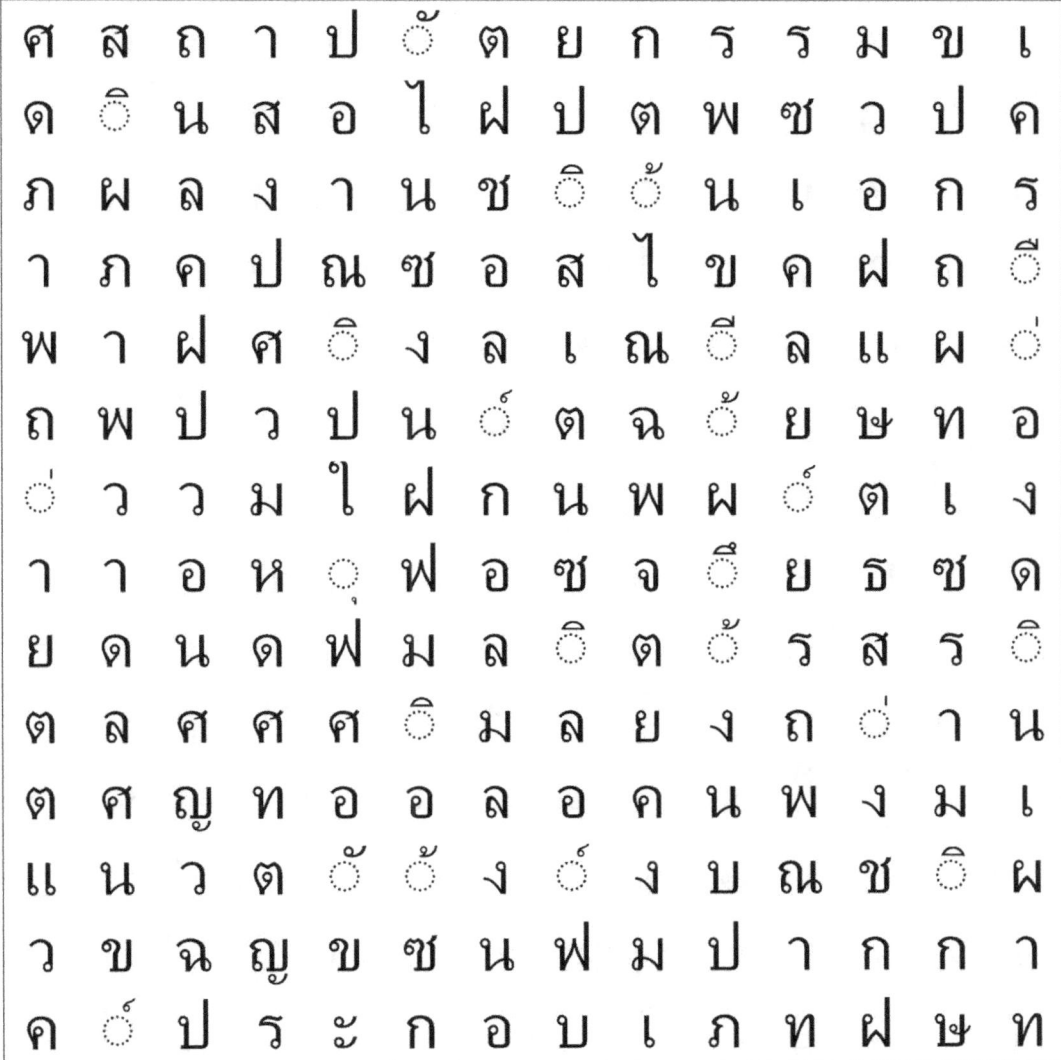

ศ	ส	ถ	า	ป	ั	ต	ย	ก	ร	ร	ม	ข	เ
ด	ิ	น	ส	อ	ไ	ฝ	ป	ต	พ	ซ	ว	ป	ค
ภ	ผ	ล	ง	า	น	ช	ิ	้	น	เ	อ	ก	ร
า	ภ	ค	ป	ณ	ซ	อ	ส	ไ	ข	ค	ฝ	ถ	ื
พ	า	ฝ	ศ	ิ	ง	ล	เ	ณ	ี	ล	แ	ผ	่
ถ	พ	ป	ว	ป	น	์	ต	ฉ	้	ย	ษ	ท	อ
่	ว	ว	ม	ไ	ฝ	ก	น	พ	ผ	์	ต	เ	ง
า	า	อ	ห	ฺ	ฟ	อ	ซ	จ	ึ	ย	ธ	ซ	ด
ย	ด	น	ด	ฟ	ม	ล	ิ	ต	้	ร	ส	ร	ิ
ต	ล	ศ	ศ	ศ	ิ	ม	ล	ย	ง	ถ	่	า	น
ต	ศ	ญ	ท	อ	อ	ล	อ	ค	น	พ	ง	ม	เ
แ	น	ว	ต	ั	้	ง	์	ง	บ	ณ	ช	ิ	ผ
ว	ข	ฉ	ญ	ข	ซ	น	ฟ	ม	ป	า	ก	ก	า
ค	์	ป	ร	ะ	ก	อ	บ	เ	ภ	ท	ฝ	ษ	ท

สถาปัตยกรรม   ภาพวาด
ศิลปิน   ปากกา
เซรามิก   ดินสอ
ชอล์ก   มุมมอง
ถ่าน   ภาพถ่าย
เคลย์   แนวตั้ง
ค์ประกอบ   เครื่องดินเผา
ฟิล์ม   สเตนซิล
ผลงานชิ้นเอก   ขี้ผึ้ง

88 - Plants

ไ	ร	ท	ะ	ก	ธ	ส	า	ล	ถ	บ	ส	ณ	ณ
อ	า	อ	ผ	ล	ร	ษ	ว	พ	ซ	ก	ซ	ว	ฟ
ว	ก	พ	แ	◌ี	ฉ	ะ	ไ	ฟ	ล	อ	ร	า	น
◌ี	ณ	ข	ฉ	บ	ไ	ค	บ	◌ุ	ช	พ	ป	ภ	ล
◌่	ง	ไ	บ	ศ	ฉ	ซ	ไ	อ	ต	ผ	ฟ	ต	ศ
ฟ	า	ไ	พ	ผ	ท	ศ	ม	ซ	ง	พ	◌ี	ช	ย
ศ	ผ	ด	ษ	ฝ	ไ	ห	◌้	า	ม	เ	ช	ท	ย
ศ	เ	ณ	อ	ไ	ฝ	ญ	ไ	ม	ป	บ	พ	ป	ไ
จ	ไ	แ	ะ	ก	ก	◌้	ย	อ	◌ุ	อ	ไ	ช	ธ
ซ	ม	ผ	ม	พ	ไ	า	ด	ส	◌๋	ร	ซ	ป	ร
ต	◌้	น	ไ	ม	◌้	ม	ผ	ส	ย	◌์	ซ	ญ	ก
ธ	ไ	ว	ม	ต	ช	จ	◌้	◌์	ะ	ร	ฟ	น	ย
ส	ผ	ช	ส	ผ	ผ	ะ	ด	ฝ	ภ	◌ี	ซ	ก	ไ
ผ	◌่	ว	ย	ถ	◌ั	◌่	ว	ส	ป	◌่	า	ป	ะ

ไม้ไผ่
ถั่ว
เบอร์รี่
บุช
กระบองเพชร
ปุ๋ย
ฟลอรา
ดอกไม้
ใบไม้
ป่า
สวน
หญ้า
ไอวี่
มอสส์
กลีบ
ราก
ห้าม
ต้นไม้
พืช

89 - Countries #2

ท	ไ	ญ	ล	ย	ค	เ	น	ป	า	ล	ร	จ	ข
ต	ล	◌ี	า	ะ	ไ	ด	ไ	า	ย	ฟ	◌ั	า	เ
ย	บ	◌่	ว	ค	ญ	น	พ	ก	◌ู	ณ	ส	ไ	ล
ษ	◌ี	ป	ณ	ซ	อ	ม	ผ	◌ี	ก	อ	เ	ม	บ
ช	เ	◌ุ	ภ	◌ี	เ	า	ฟ	ส	◌ั	ภ	ซ	ก	า
ถ	ร	◌่	ษ	เ	อ	ร	โ	ถ	น	ซ	◌ี	◌้	น
ภ	◌ี	น	ไ	ร	ธ	◌์	ซ	า	ด	◌ู	ย	า	อ
เ	ย	ซ	น	◌ี	◌ิ	ก	ม	น	า	ด	ก	ษ	น
ฮ	ล	า	จ	ย	โ	ม	า	ซ	ภ	า	ร	ง	ด
ต	แ	แ	◌ี	แ	อ	ล	เ	บ	เ	น	◌ี	ย	จ
◌ิ	ภ	ค	เ	ก	เ	ต	ล	ศ	พ	อ	ซ	ไ	ซ
ล	ฝ	ช	ร	ณ	ป	ด	◌ี	ย	◌ู	เ	ค	ร	น
ไ	ฝ	ฟ	◌ี	ภ	◌ี	ห	ย	ถ	ษ	ฟ	ข	ะ	ป
ไ	ว	ญ	ย	น	ย	เ	ม	◌็	ก	ซ	◌ิ	โ	ก

แอลเบเนีย
เดนมาร์ก
เอธิโอเปีย
กรีซ
เฮติ
จาไมก้า
ญี่ปุ่น
ลาว
เลบานอน
ไลบีเรีย
เม็กซิโก
เนปาล
ไนจีเรีย
ปากีสถาน
รัสเซีย
โซมาเลีย
ซูดาน
ซีเรีย
ยูกันดา
ยูเครน

90 - Ecology

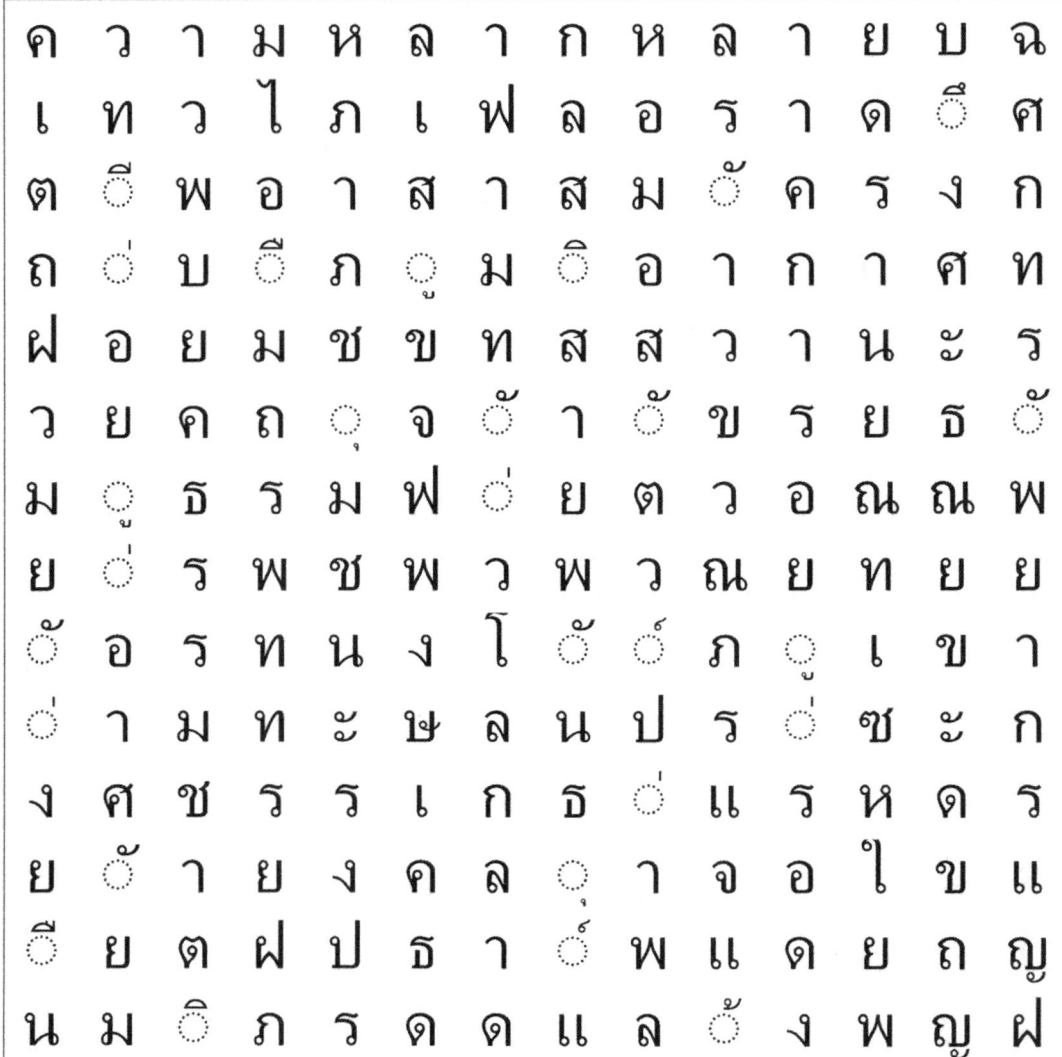

ค	ว	า	ม	ห	ล	า	ก	ห	ล	า	ย	บ	ฉ
เ	ท	ว	ไ	ภ	เ	ฟ	ล	อ	ร	า	ด	◌ึ	ศ
ต	◌ี	พ	อ	า	ส	า	ส	ม	◌ั	ค	ร	ง	ก
ถ	◌่	บ	◌ื	ภ	◌ู	ม	◌ิ	อ	า	ก	า	ศ	ท
ฝ	อ	ย	ม	ช	ข	ท	ส	ส	ว	า	น	ะ	ร
ว	ย	ค	ถ	◌ุ	จ	◌ั	า	◌ั	ข	ร	ย	ธ	◌ั
ม	◌ู	ธ	ร	ม	ฟ	◌่	ย	ต	ว	อ	ณ	ณ	พ
ย	◌่	ร	พ	ช	พ	ว	พ	ว	ณ	ย	ท	ย	ย
◌ั	อ	ร	ท	น	ง	โ	◌ั	◌์	ภ	◌ู	เ	ข	า
◌่	า	ม	ท	ะ	ษ	ล	น	ป	ร	◌่	ซ	ะ	ก
ง	ศ	ช	ร	ร	เ	ก	ธ	◌่	แ	ร	ห	ด	ร
ย	◌ั	า	ย	ง	ค	ล	◌ุ	า	จ	อ	ไ	ข	แ
◌ี	ย	ต	ฝ	ป	ธ	า	◌์	พ	แ	ด	ย	ถ	ญ
น	ม	◌ิ	ภ	ร	ด	ด	แ	ล	◌ั	ง	พ	ญ	ฝ

ภูมิอากาศ
ชุมชน
ความหลากหลาย
แล้ง
สัตว์ป่า
ฟลอรา
ทั่วโลก
ที่อยู่อาศัย
ทะเล
บึง
ภูเขา
ธรรมชาติ
ทรัพยากร
สายพันธุ์
การอยู่รอด
ยั่งยืน
พืช
อาสาสมัคร

91 - Adjectives #2

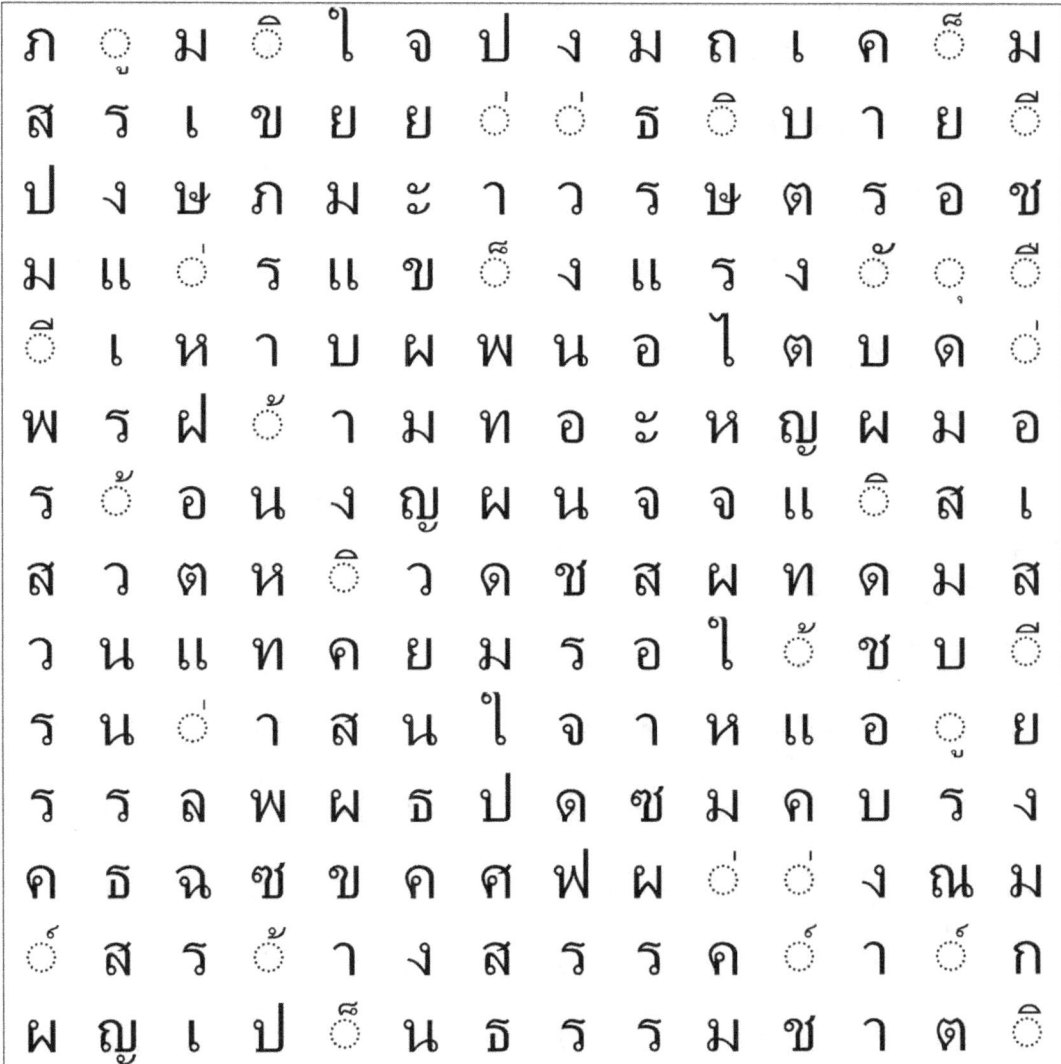

ภ	◌ู	ม	◌ิ	ใ	จ	ป	ง	ม	ถ	เ	ค	◌็	ม
ส	ร	เ	ข	ย	ย	◌่	◌่	ธ	◌ิ	บ	า	ย	◌ี
ป	ง	ษ	ภ	ม	ะ	า	ว	ร	ษ	ต	ร	อ	ช
ม	แ	◌่	ร	แ	ข	◌็	ง	แ	ร	ง	◌ั	◌ุ	◌ี
◌ี	เ	ห	า	บ	ผ	พ	น	อ	ไ	ต	บ	ด	◌่
พ	ร	ฝ	◌้	า	ม	ท	อ	ะ	ห	ญ	ผ	ม	อ
ร	◌้	อ	น	ง	ญ	ผ	น	จ	จ	แ	◌ิ	ส	เ
ส	ว	ต	ห	◌ิ	ว	ด	ช	ส	ผ	ท	ด	ม	ส
ว	น	แ	ท	ค	ย	ม	ร	อ	ใ	◌้	ช	บ	◌ี
ร	น	◌่	า	ส	น	ใ	จ	า	ห	แ	อ	◌ู	ย
ร	ร	ล	พ	ผ	ธ	ป	ด	ซ	ม	ค	บ	ร	ง
ค	ธ	ฉ	ซ	ข	ค	ศ	ฟ	ผ	◌่	◌่	ง	ณ	ม
◌์	ส	ร	◌้	า	ง	ส	ร	ร	ค	◌์	า	◌์	ก
ผ	ญ	เ	ป	◌็	น	ธ	ร	ร	ม	ช	า	ต	◌ิ

แท้
สร้างสรรค์
ธิบาย
ดราม่า
แห้ง
สง่า
มีชื่อเสียง
มีพรสวรรค์
แข็งแรง
ร้อน
หิว
น่าสนใจ
เป็นธรรมชาติ
ใหม่
อุดมสมบูรณ์
ภูมิใจ
รับผิดชอบ
เค็ม
ง่วงนอน
ป่า

92 - Math

ส	ร	◌ั	ศ	ม	◌ี	เ	ม	ด	ท	เ	ร	ย	ต
า	ม	ษ	ป	ภ	เ	ศ	◌ุ	ะ	ศ	ส	ะ	ร	◌ั
ม	ส	ม	ก	า	ร	ษ	ม	ช	น	◌้	ด	เ	◌้
เ	ค	ร	า	จ	ล	ส	จ	า	◌ิ	น	◌ั	ห	ง
ห	ร	ท	ส	ต	น	◌่	อ	ต	ย	ร	บ	ม	ฉ
ล	ร	ส	ภ	ก	ร	ว	ง	◌ั	ม	อ	เ	า	า
◌ี	ญ	ว	ด	ธ	แ	น	ศ	ว	พ	บ	ส	ย	ก
◌่	ผ	ห	ม	ค	อ	ฝ	า	แ	ล	ว	◌ี	เ	ม
ย	เ	ล	ข	ค	ณ	◌ิ	ต	ท	ผ	ง	ย	ล	บ
ม	ย	ต	ญ	ฝ	ฟ	ง	ษ	น	ด	ฝ	ง	ข	ด
ย	ช	พ	แ	เ	ร	ข	า	ค	ณ	◌ิ	ต	ข	ก
น	ซ	ท	ป	ผ	ร	อ	ถ	ไ	ว	พ	แ	น	แ
ล	ไ	ม	ฟ	ษ	น	บ	พ	น	ฝ	ไ	ส	า	ก
ไ	ห	พ	ต	า	เ	ก	อ	น	ข	ฟ	จ	น	ห

มุม
เลขคณิต
เส้นรอบวง
ทศนิยม
องศา
แผนก
สมการ
ตัวแทน
เศษส่วน
เรขาคณิต
หมายเลข
ขนาน
ขอบ
ตั้งฉาก
รัศมี
รวม
สมมาตร
สามเหลี่ยม
ระดับเสียง

93 - Water

ค ห ไ ท ฝ น ้ ำ พ ุ ร ้ อ น
ว ว น ก ล ศ ช ล ป ร ะ ท า น
า ไ า ภ ห ณ ส ย ไ บ ค ะ บ า
ม อ แ ม ห า ส ม ุ ท ร เ น ม
ช น ม ง ช บ ใ ผ ห น น ล ้ ก
ื ้ ่ ร ช ื ภ เ ิ ้ ้ ส ำ า
้ ำ น ญ ส ื ้ บ ม ำ ำ า ศ ร
น ฝ ้ ภ ล ุ ้ น ะ แ ท บ แ ร
ค ข ำ พ ด ศ ม น บ ข ่ ธ ค ะ
ล ด ื ่ ม ไ ด ้ ะ ็ ว ผ ด เ
อ ค ล ื ่ น บ ด ศ ง ม ญ ด ห
ง ว อ ล ฟ ต ศ ฟ ป ป ห ฝ พ ย
ข ใ ย จ ษ ซ ช ศ ฟ ญ ส ก ป แ
พ า ย ุ เ ฮ อ ร ิ เ ค น น ว

คลอง	ทะเลสาบ
ชื้น	วามชื้น
ดื่มได้	มรสุม
การระเหย	มหาสมุทร
น้ำท่วม	ฝน
น้ำพุร้อน	แม่น้ำ
ความชื้น	อาบน้ำ
พายุเฮอริเคน	หิมะ
น้ำแข็ง	ไอน้ำ
ชลประทาน	คลื่น

94 - Activities

ถ	ศ	◌ิ	ล	ป	ะ	ก	า	ร	เ	ย	◌็	บ	ก
◌ั	อ	ฟ	◌่	ร	ง	า	น	ฝ	◌ี	ม	◌ื	อ	า
ก	ต	ซ	า	◌ิ	ย	ร	ล	ส	ไ	เ	ช	ฉ	ร
บ	เ	ถ	ส	ศ	ย	ท	ฉ	ผ	แ	ซ	อ	ต	ถ
ซ	ว	จ	◌ั	น	แ	◌ำ	ษ	◌่	ษ	ร	ศ	ฝ	◌่
ห	ล	ฟ	ต	า	จ	ส	ง	อ	ห	า	ศ	ธ	า
ภ	า	พ	ว	า	ด	ว	ป	น	ท	ม	ฉ	ณ	ย
ท	ว	จ	◌์	ไ	เ	น	ว	ค	ป	◌ิ	ข	พ	ภ
◌ั	◌่	ส	ญ	ม	ต	ก	ป	ล	า	ก	ฝ	ฉ	า
ก	า	ร	อ	◌่	า	น	ม	า	ย	า	ก	ล	พ
ษ	ง	ง	ว	ต	ง	ไ	ษ	ย	น	◌ิ	ฝ	ส	ย
ะ	ต	แ	า	ะ	อ	น	ย	ต	ฉ	ถ	น	แ	บ
ห	ร	ฟ	ญ	ร	ข	ท	น	ไ	น	ก	ม	ด	ภ
ก	◌ิ	จ	ก	ร	ร	ม	ข	ษ	ะ	ข	เ	ฉ	◌ี

กิจกรรม
ศิลปะ
เซรามิก
งานฝีมือ
ตกปลา
เกม
การทำสวน
ล่าสัตว์
ถัก
เวลาว่าง
มายากล
ภาพวาด
การถ่ายภาพ
ยินดี
ปริศนา
การอ่าน
ผ่อนคลาย
การเย็บ
ทักษะ

95 - Literature

ช	ธ	บ	ษ	ธ	ต	เ	ถ	ผ	า	ก	ก	ย	ฟ
ผ	ี	ท	ธ	ฟ	อ	ว	ษ	ู	พ	า	ภ	ม	พ
ู	บ	ว	ย	ี	แ	บ	ฝ	้	อ	ร	า	ค	ท
้	ท	ิ	ป	ค	ม	น	ส	เ	ข	ว	ไ	ว	ถ
บ	พ	จ	ร	ร	ถ	บ	ั	ข	น	ิ	ย	า	ย
ร	ู	า	ะ	ู	ะ	ไ	ม	ี	ณ	เ	ล	ม	บ
ร	ด	ร	เ	ป	ล	ว	ผ	ย	ร	ค	ั	เ	ท
ย	ล	ณ	ภ	แ	บ	ต	ั	น	ด	ร	ก	ห	ก
า	ธ	์	ท	บ	ส	ท	ส	ต	ผ	า	ษ	็	ว
ย	พ	ต	ห	บ	ต	ไ	ส	ง	ิ	ะ	ณ	น	ี
ก	ล	อ	น	ณ	ฟ	ฝ	ฉ	ร	ง	ห	ะ	ไ	ด
อ	ะ	น	า	ล	็	อ	ก	ด	ุ	์	ต	บ	ธ
จ	ั	ง	ห	ว	ะ	ค	ำ	อ	ุ	ป	ม	า	ร
โ	ศ	ก	น	า	ฏ	ก	ร	ร	ม	น	บ	ป	จ

อะนาล็อก
การวิเคราะห์
ผู้เขียน
ชีวประวัติ
บทสรุป
บทวิจารณ์
ลักษณะ
บทพูด
ประเภท
คำอุปมา
ผู้บรรยาย
นิยาย
ความเห็น
กลอน
บทกวี
สัมผัส
จังหวะ
รูปแบบ
ธีม
โศกนาฏกรรม

96 - Geography

แ	อ	ต	ล	า	ส	ต	ท	ไ	ไ	า	ค	ผ	ม
แ	ม	◌่	น	◌้	◌ำ	ะ	า	ะ	ไ	ช	ท	ฝ	ห
ป	ร	ะ	เ	ท	ศ	ว	แ	ภ	เ	ก	า	ะ	า
ท	เ	ม	◌ื	อ	ง	◌ั	ผ	ฟ	◌ู	ล	ช	ภ	ส
ว	ธ	ย	ต	ป	บ	น	น	ห	ม	เ	ผ	า	ม
◌ี	ป	ง	แ	ร	ข	ต	ท	ใ	ผ	ณ	ข	ค	◌ุ
ป	ซ	◌ี	ก	โ	ล	ก	◌ี	ต	ต	ร	ภ	า	ท
ภ	า	ไ	ก	ศ	ฝ	ไ	◌่	บ	ข	◌้	ธ	ร	ร
ท	◌ิ	ศ	เ	ห	น	◌ื	อ	า	ณ	า	เ	ข	ต
ร	ะ	ด	◌ั	บ	ค	ว	า	ม	ส	◌ู	ง	โ	ห
เ	ม	อ	ร	◌ิ	เ	ด	◌ี	ย	น	ฉ	บ	ล	ธ
จ	า	ส	ล	ฟ	ค	ญ	บ	ธ	ม	ด	ษ	ก	เ
ย	ก	อ	ท	ษ	ฟ	ด	ข	ห	ห	ง	ม	ฝ	ธ
ล	ะ	ต	◌ิ	จ	◌ู	ด	ท	ม	พ	ง	น	ศ	ร

ระดับความสูง
แอตลาส
เมือง
ทวีป
ประเทศ
ซีกโลก
เกาะ
ละติจูด
แผนที่
เมอริเดียน
ภูเขา
ทิศเหนือ
มหาสมุทร
ภาค
แม่น้ำ
ทะเล
ใต้
อาณาเขต
ตะวันตก
โลก

97 - Pets

ก	ส	ด	ร	ส	า	ย	จ	ู	ง	า	ม	ว	แ
ร	ม	ว	อ	ั	อ	ล	ู	ก	ห	ม	า	บ	ฮ
ะ	า	ฉ	ุ	ต	ส	า	ู	ผ	ม	ว	ก	ร	ม
ต	ธ	ฉ	้	ว	ซ	ต	ห	ก	ว	ั	ว	ห	ส
่	แ	ร	ง	แ	พ	ะ	อ	า	แ	แ	ฝ	น	เ
า	ก	พ	เ	พ	ฟ	ล	จ	พ	ร	ม	ผ	ู	ต
ย	ช	น	ท	ท	ษ	ผ	ะ	ป	ส	ษ	ว	จ	อ
แ	ม	ว	้	ย	ช	ถ	พ	ด	แ	ร	พ	เ	ร
อ	ป	ล	า	์	ซ	แ	ญ	ผ	ล	ย	บ	ค	์
ษ	ว	ท	ด	อ	ซ	ซ	ะ	ไ	ะ	ห	ษ	ฝ	น
ก	ิ	้	ง	ก	่	า	ฟ	ศ	ว	า	ศ	น	ว
น	ก	แ	ก	้	ว	ห	ผ	ต	ง	ง	ณ	ธ	ถ
้	จ	ฟ	ข	ะ	ค	ม	ณ	เ	ต	่	า	ป	ค
ำ	ห	ภ	ต	ธ	ฝ	า	อ	ส	อ	ศ	ญ	า	า

แมว
วัว
หมา
ปลา
อาหาร
แพะ
แฮมสเตอร์
ลูกแมว
สายจูง
กิ้งก่า
หนู
นกแก้ว
อุ้งเท้า
ลูกหมา
กระต่าย
หาง
เต่า
สัตวแพทย์
น้ำ

98 - Nature

แ	ข	เ	ม	ฆ	ส	◌ำ	ค	◌ั	ญ	ม	า	ก	พ
ภ	◌ู	เ	ข	า	ณ	อ	บ	ฝ	บ	ม	ม	ะ	ล
ศ	ม	ส	◌ั	ต	ว	◌์	ะ	เ	ภ	ล	แ	ศ	ว
ผ	ค	ง	ธ	า	ร	น	◌้	◌ำ	แ	ข	◌็	ง	◌ั
ก	◌ึ	บ	ป	ร	◌่	◌้	ถ	แ	ม	ห	ฉ	ถ	ต
ผ	ล	◌้	บ	ข	อ	ท	อ	ป	◌่	า	จ	ถ	ะ
ง	ต	น	ง	ะ	น	ท	า	น	น	ษ	ธ	ฝ	ฝ
จ	ศ	ฉ	ค	น	ษ	ะ	ร	◌ิ	◌้	ผ	ฝ	ฟ	ค
แ	จ	ช	ว	จ	ห	เ	◌์	◌่	◌ำ	ช	ศ	ช	ษ
ห	น	◌้	า	ผ	า	ล	ก	ง	ไ	จ	บ	ล	ซ
ม	ห	จ	ม	ง	ต	ท	ต	ต	ห	บ	ช	ย	ล
อ	ก	ไ	ง	ษ	ข	ร	◌ิ	บ	ร	ย	ไ	ช	ธ
ก	จ	ญ	า	ศ	ฝ	า	ก	ก	ษ	ษ	ซ	ม	ย
ญ	ห	ก	ม	ห	ถ	ย	ห	ฟ	ท	ไ	แ	ฝ	◌้

สัตว์
อาร์กติก
ความงาม
ผึ้ง
หน้าผา
เมฆ
ทะเลทราย
พลวัต
ร่อน
หมอก
ใบไม้
ป่า
ธารน้ำแข็ง
ภูเขา
สงบ
แม่น้ำ
นิ่ง
เขตร้อน
สำคัญมาก

99 - Championship

ล	◌ี	ก	โ	ญ	ศ	แ	ย	ง	ก	ญ	ก	ด	ฝ
ร	แ	า	ค	ง	ไ	ช	ณ	ศ	ล	ณ	น	น	ถ
ช	ฝ	ร	◌้	เ	ก	ม	ห	า	ย	ไ	จ	แ	ร
ญ	า	แ	ช	ก	ข	ป	ธ	ษ	◌ุ	ก	◌ี	ฟ	า
เ	เ	ข	ม	ม	า	◌์	ช	แ	ท	ช	ช	ผ	ไ
แ	ห	◌่	บ	ป	ฉ	ร	ม	บ	ธ	ภ	◌ิ	◌ู	ล
ร	ร	ง	ค	ว	ผ	ศ	แ	ล	◌์	ต	ง	◌้	ด
ง	◌ี	ข	◌ี	ว	ธ	อ	ร	ส	ฉ	ม	แ	พ	ธ
จ	ย	◌ั	ม	◌่	า	ฉ	ญ	ะ	ด	อ	ช	◌ิ	ด
◌ู	ญ	น	ญ	ศ	อ	ม	จ	ณ	เ	ง	ม	พ	เ
ง	ก	ล	น	ง	เ	ร	อ	ง	ไ	ณ	ป	า	ส
ไ	ช	น	บ	ผ	ว	ถ	ข	ด	ภ	ผ	◌์	ก	ง
จ	ษ	แ	บ	พ	ฟ	ล	ไ	ศ	ท	◌ี	ม	ษ	ฟ
เ	อ	ถ	ว	ง	ล	ช	◌ั	ย	ช	น	ะ	า	ร

แชมป์
ชิงแชมป์
โค้ช
ความอดทน
เกม
ผู้พิพากษา
ลีก
เหรียญ
แรงจูงใจ
การแสดง
เหงื่อ
กีฬา
กลยุทธ์
ทีม
หายใจ
การแข่งขัน
ชัยชนะ

100 - Vacation #2

ซ	ไ	ป	ว	ส	น	า	ม	บ	ิ	น	ง	น	เ
ท	ต	ป	ผ	ช	แ	ภ	ย	ก	า	พ	ะ	ช	ว
ป	ฉ	ร	ณ	ว	ย	ป	ม	ภ	ู	เ	ข	า	ล
ร	้	า	น	อ	า	ห	า	ร	ญ	ด	เ	ว	า
ร	ด	ว	แ	ก	โ	ฉ	ะ	ถ	ะ	ผ	ต	ต	ว
ฉ	ซ	ั	ผ	ท	า	ร	น	ไ	ป	จ	็	่	่
เ	ร	น	น	ะ	็	ร	ง	ฟ	พ	อ	น	า	า
ก	ไ	ห	ท	เ	ไ	ก	ข	แ	น	ง	ท	ง	ง
า	ช	ย	ี	ล	ธ	ฉ	ซ	น	ร	ล	์	ช	ว
ะ	า	ุ	่	ภ	ะ	ซ	ะ	ี	ส	ม	ฝ	า	ี
น	ย	ด	ก	ษ	ห	ฝ	ร	ถ	่	่	อ	ต	ซ
ม	ห	ป	ล	า	ย	ท	า	ง	ล	ะ	ง	ิ	่
ก	า	ร	เ	ด	ิ	น	ท	า	ง	ล	ว	ช	า
ร	ด	ต	่	า	ง	ช	า	ต	ิ	ฝ	ณ	บ	ษ

สนามบิน
ชายหาด
ปลายทาง
ต่างชาติ
ชาวต่างชาติ
วันหยุด
โรงแรม
เกาะ
การเดินทาง
เวลาว่าง
แผนที่
ภูเขา
จอง
ร้านอาหาร
ทะเล
แท็กซี่
เต็นท์
รถไฟ
การขนส่ง
วีซ่า

1 - Food #1

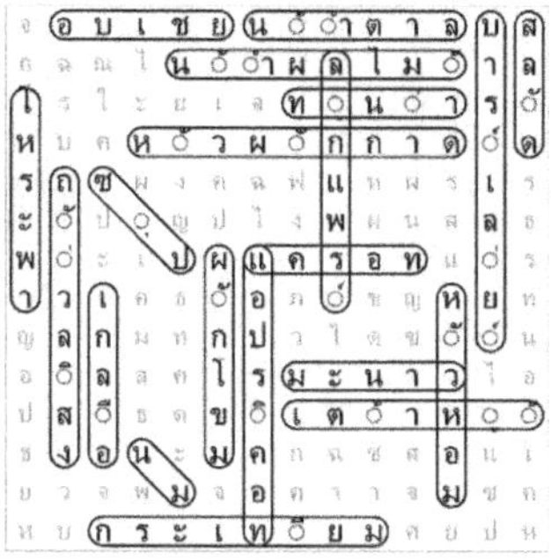

2 - Castles

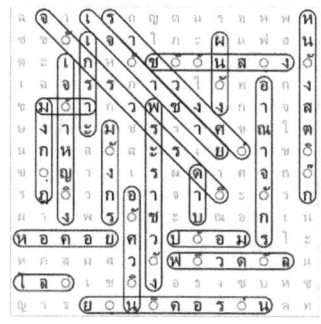

3 - Exploration

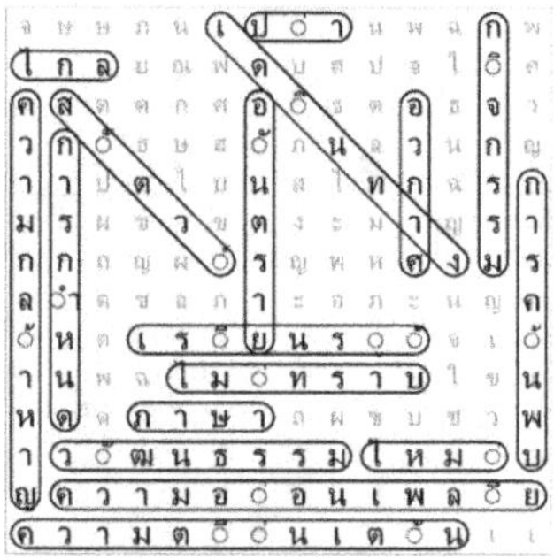

4 - Measurements

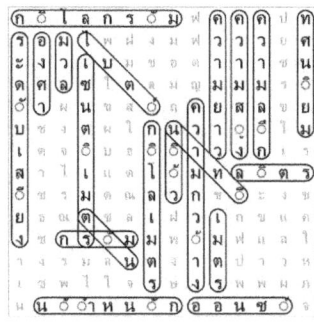

5 - Farm #2

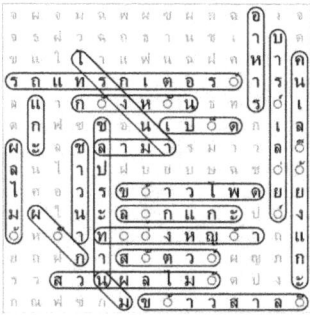

6 - Books

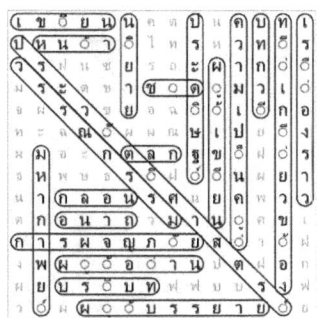

7 - Meditation

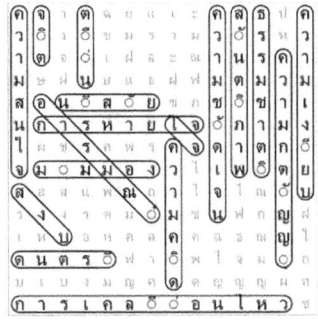

8 - Days and Months

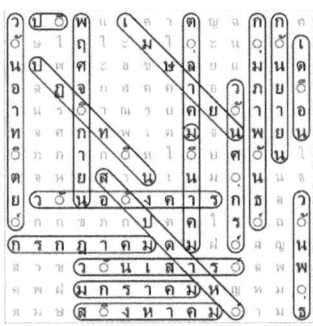

9 - Chess

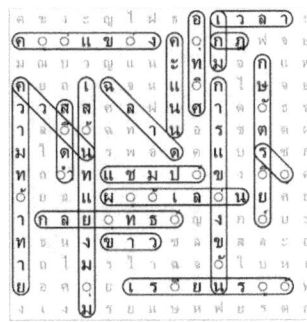

10 - Food #2

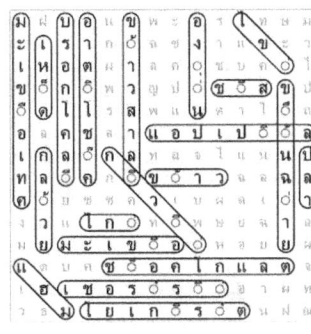

11 - Family

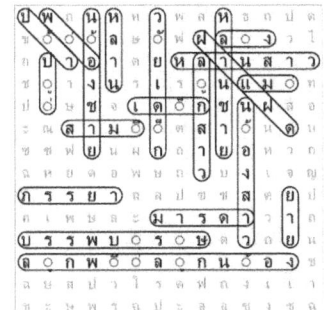

12 - Farm #1

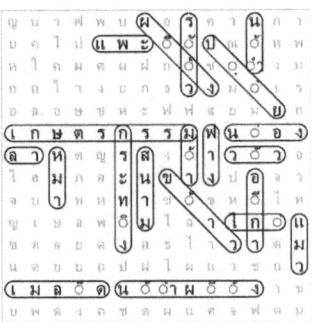

13 - Camping

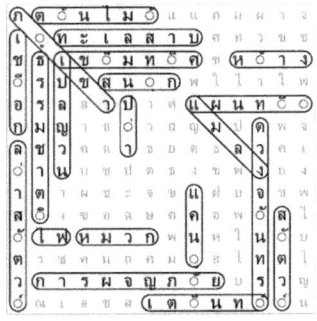

14 - Conservation

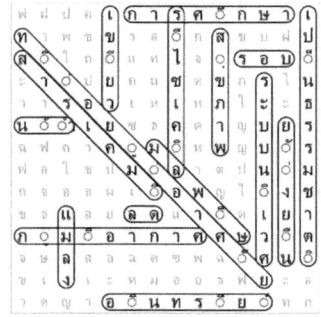

15 - Cats

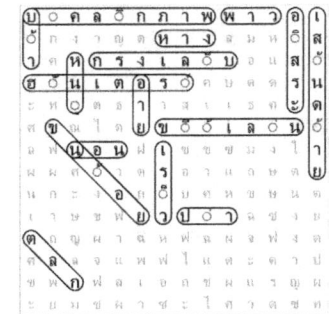

16 - Numbers

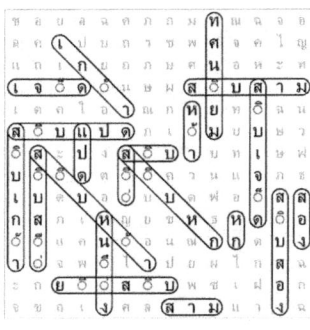

17 - Spices

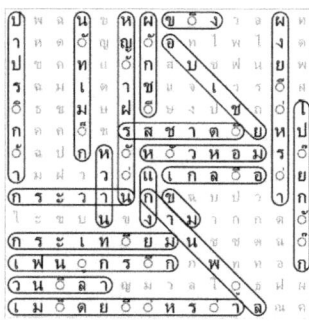

18 - Mammals

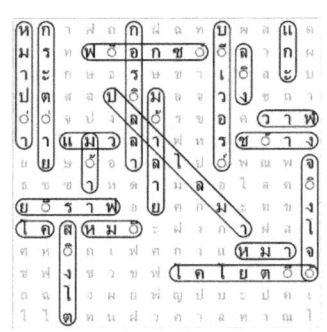

19 - Fishing

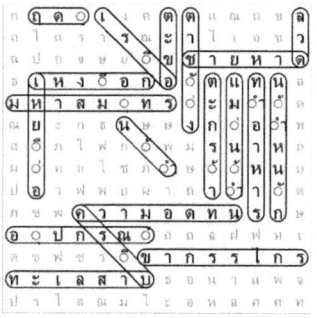

20 - Restaurant #1

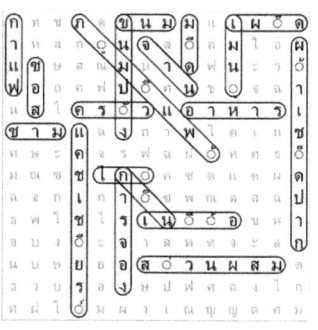

21 - Bees

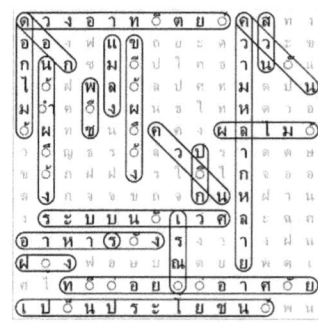

22 - Sports

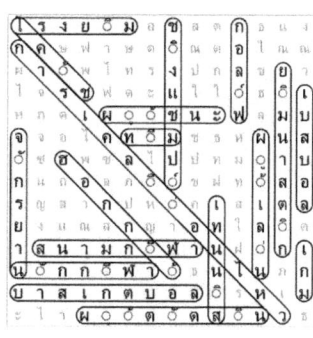

23 - Weather

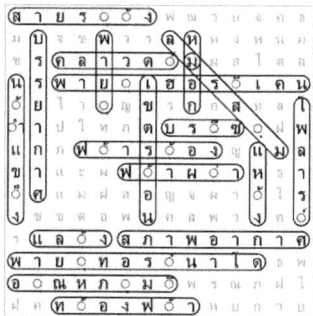

24 - Adventure

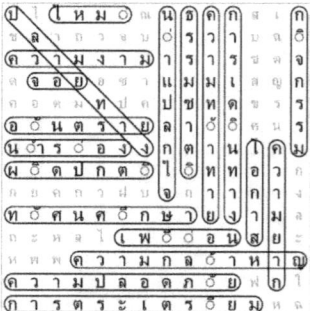

25 - Circus

26 - Restaurant #2

27 - Geology

28 - House

29 - Comedy

30 - School #1

31 - Dance

32 - Colors

33 - Climbing

34 - Scientific Disciplines

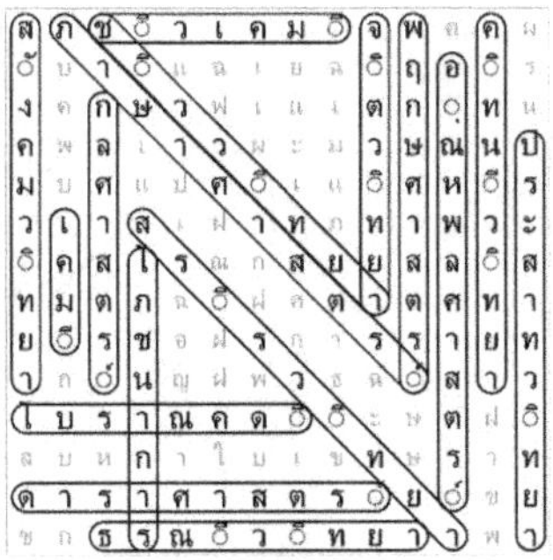

35 - School #2

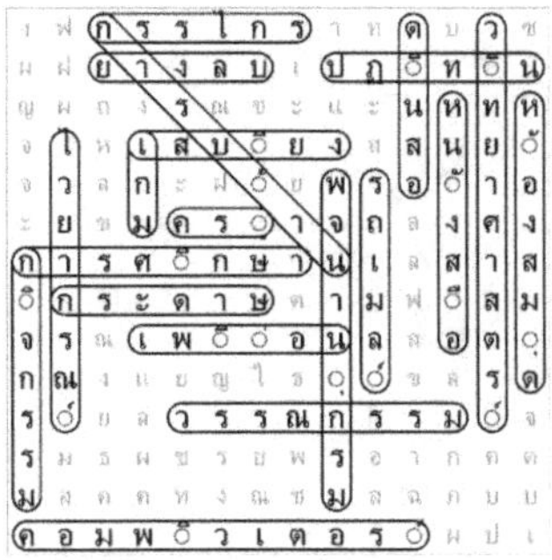

36 - Science

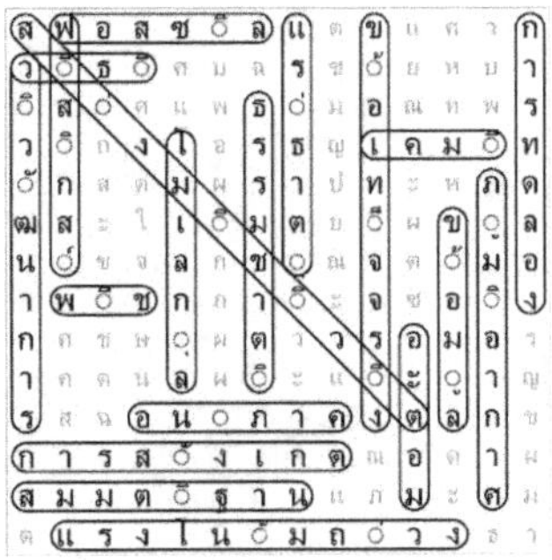

37 - To Fill

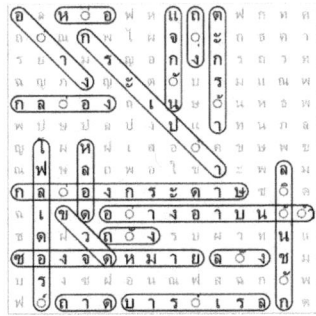

38 - Summer

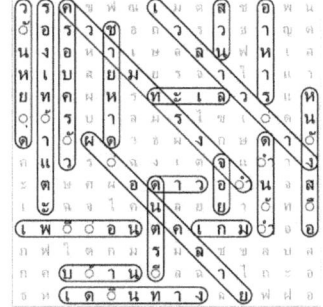

39 - Clothes

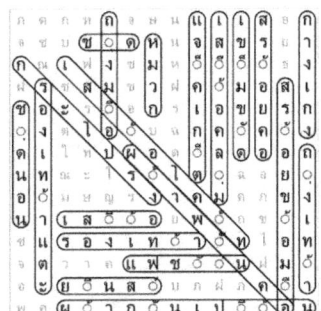

40 - Dogs

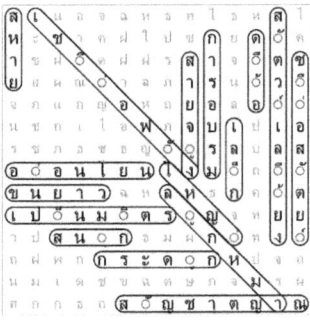

41 - Insects

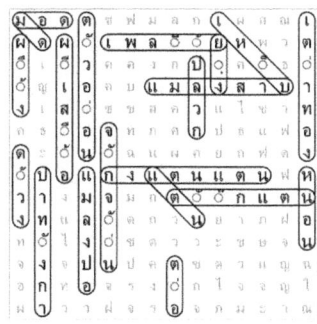

42 - Astronomy

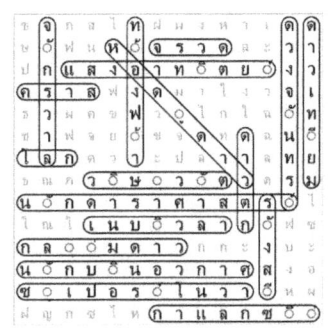

43 - Pirates

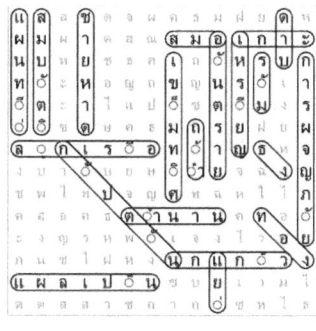

44 - Time

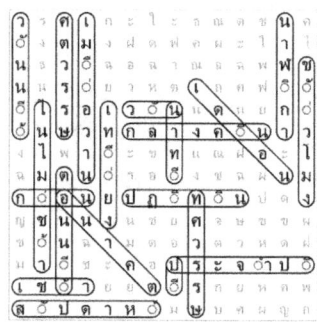

45 - Buildings

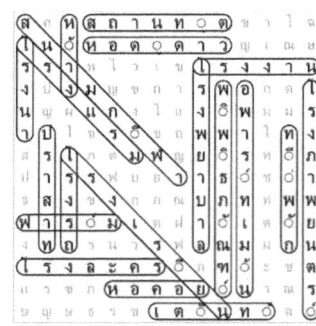

46 - Herbalism

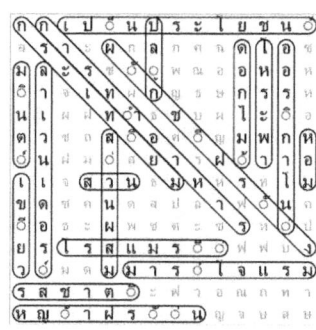

47 - Toys

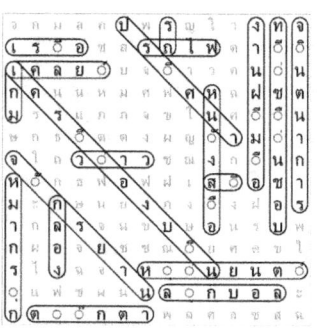

48 - Vehicles

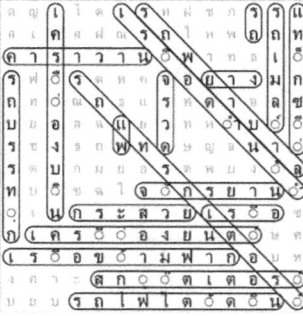

49 - Flowers

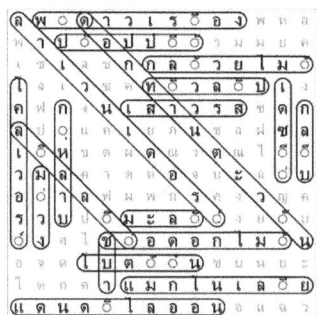

50 - Town

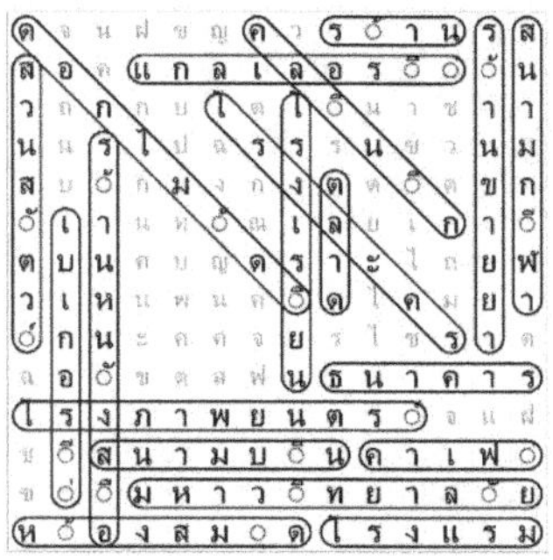

51 - Antarctica

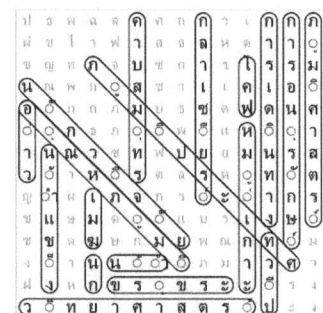

52 - Ballet

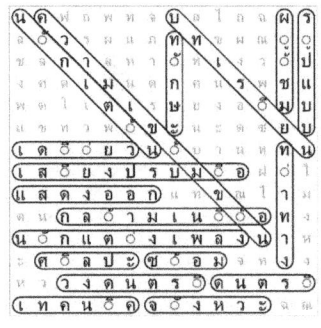

53 - Human Body

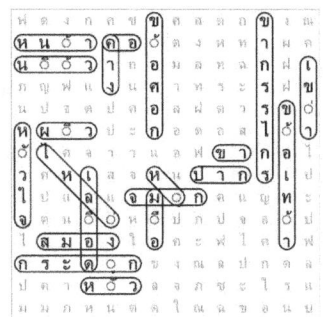

54 - Musical Instruments

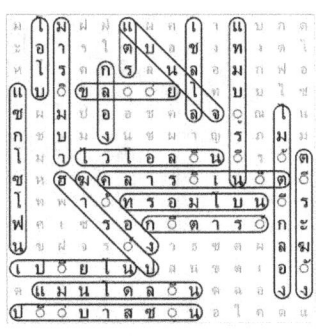

55 - Fruit

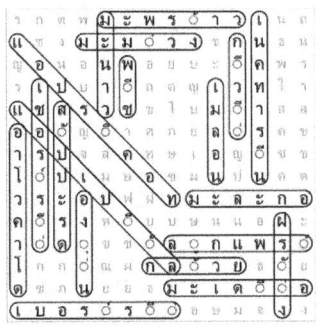

56 - Kitchen

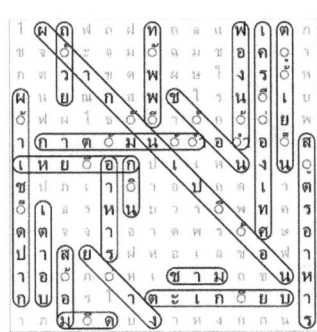

57 - Art Supplies

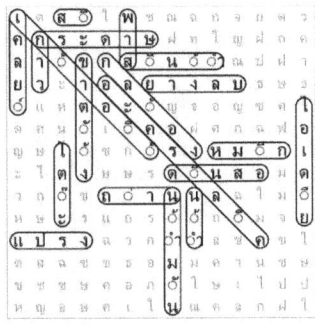

58 - Science Fiction

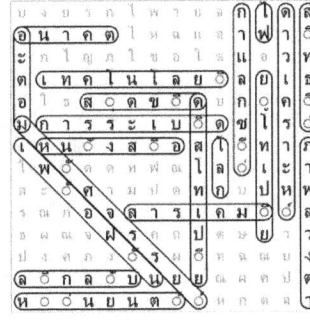

59 - Airplanes

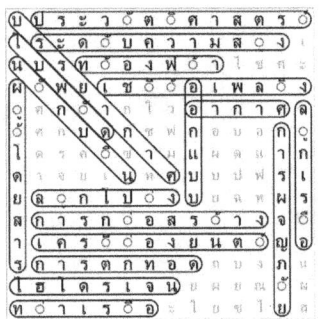

60 - Ocean

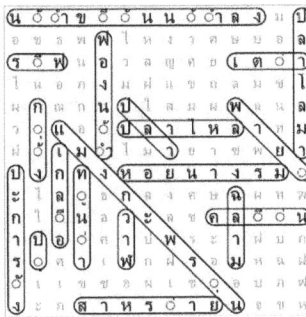

61 - Birds

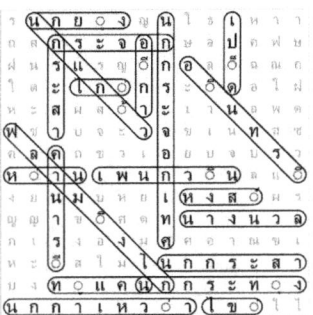

62 - Art

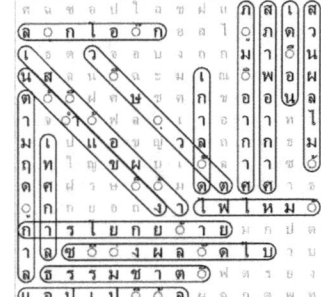

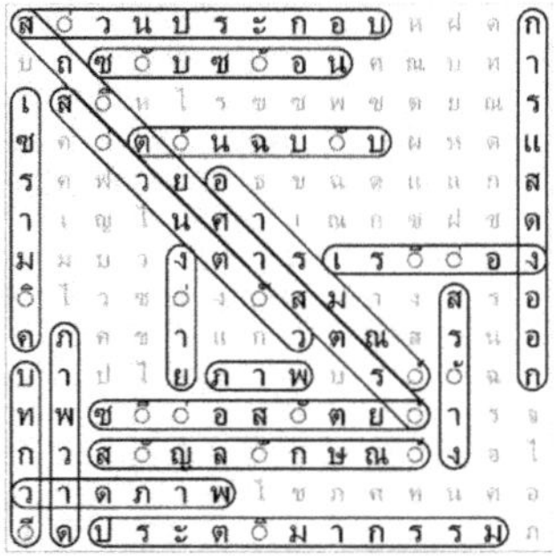

63 - Autumn

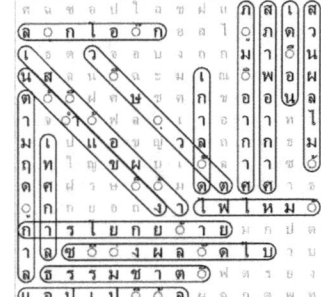

64 - Nutrition

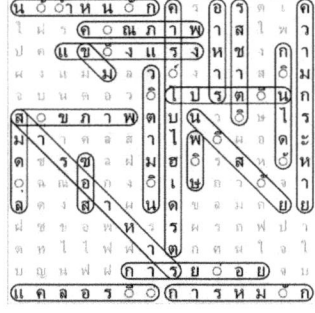

65 - Hiking

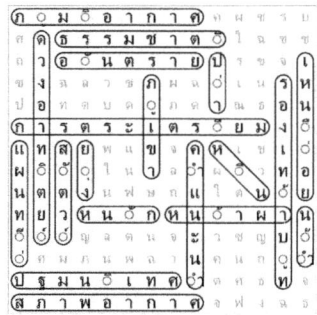

66 - Professions #1

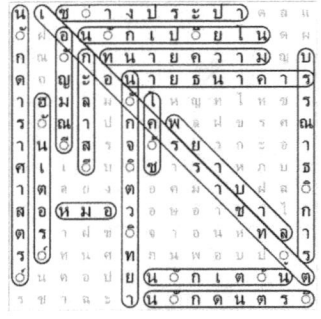

67 - Dinosaurs

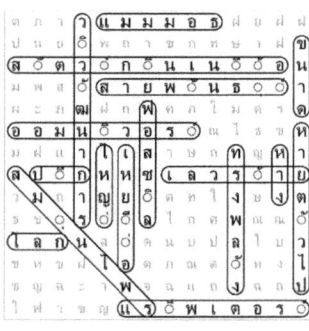

68 - Barbecues

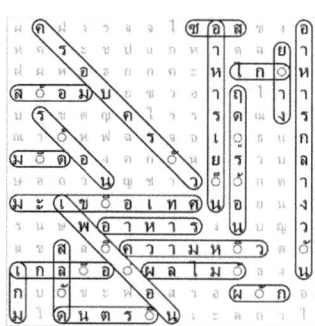

69 - Surfing

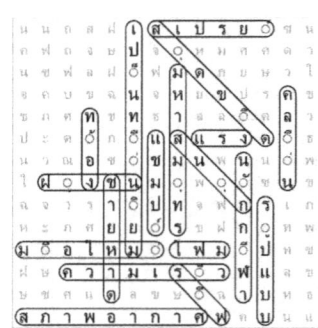

70 - Chocolate

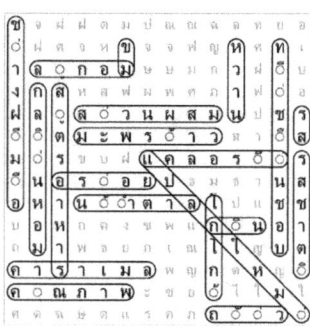

71 - Vegetables

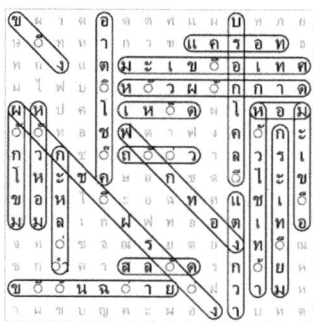

72 - Boats

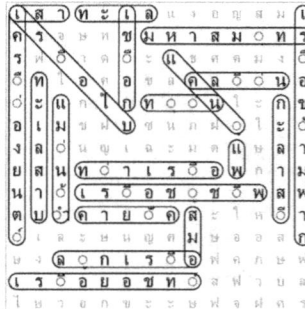

73 - Activities and Leisure

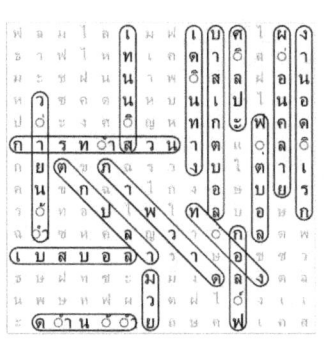

74 - Driving

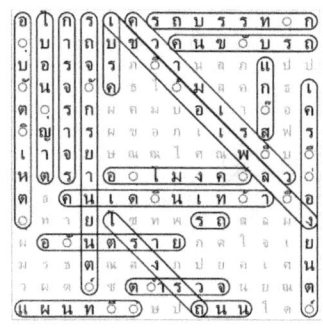

75 - Professions #2

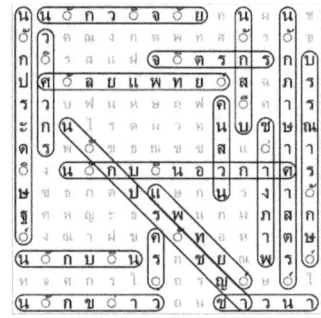

76 - Emotions

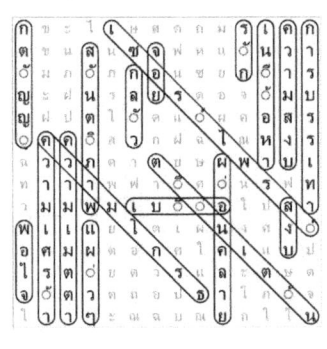

77 - Mythology

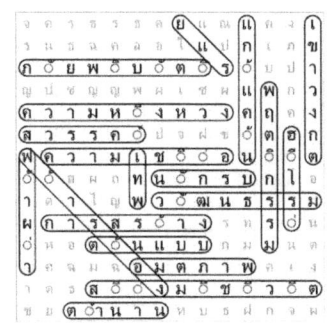

78 - Hair Types

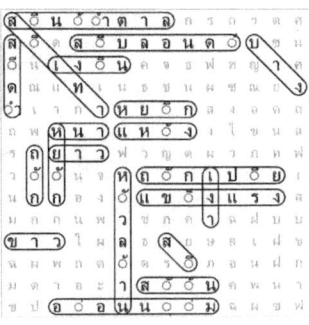

79 - Furniture

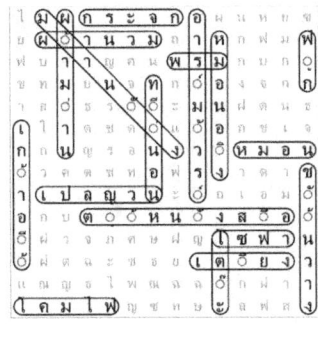

80 - Garden

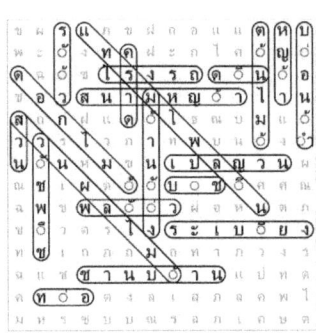

81 - Birthday

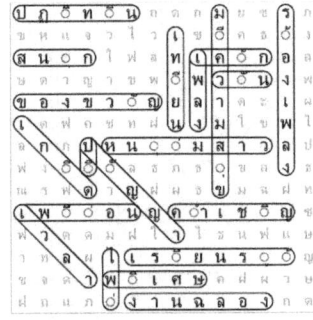

82 - Beach

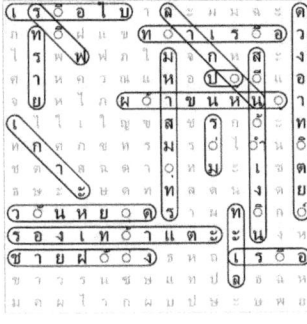

83 - Adjectives #1

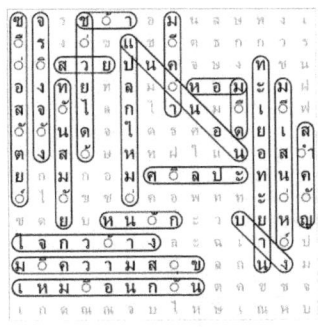

84 - Rainforest

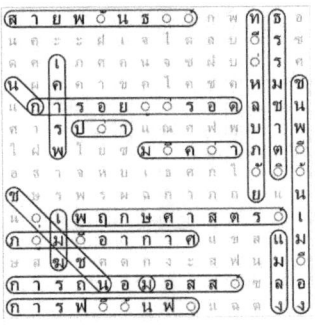

85 - Technology

86 - Landscapes

87 - Visual Arts

88 - Plants

89 - Countries #2

90 - Ecology

91 - Adjectives #2

92 - Math

93 - Water

94 - Activities

95 - Literature

96 - Geography

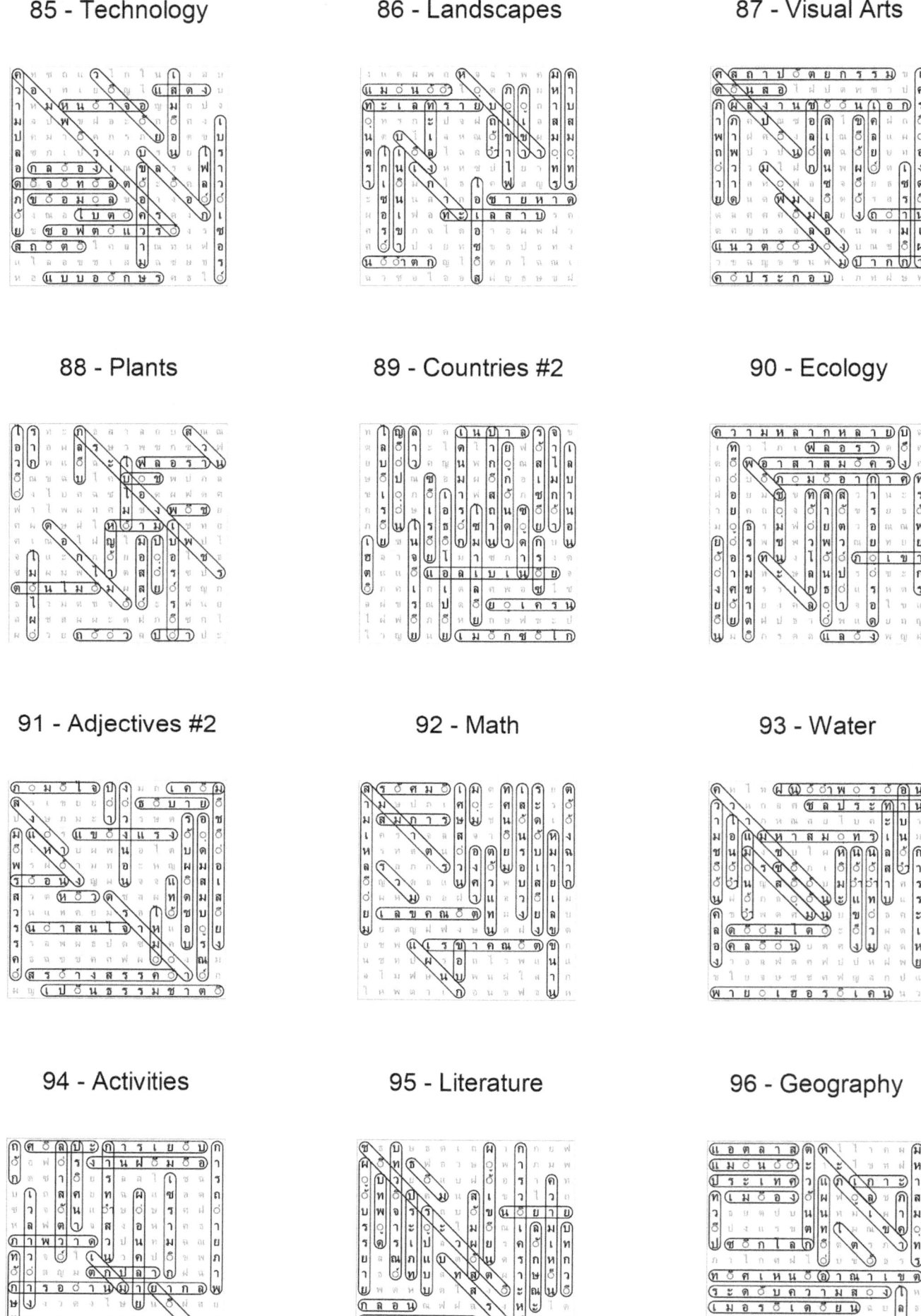

97 - Pets

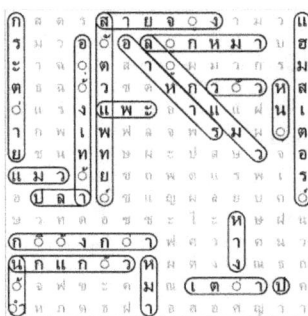

98 - Nature

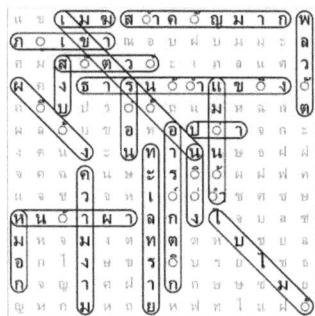

99 - Championship

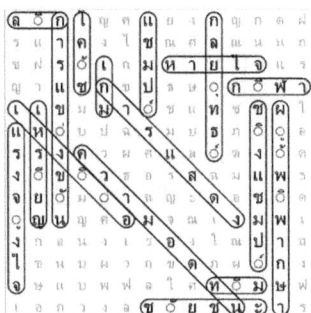

100 - Vacation #2

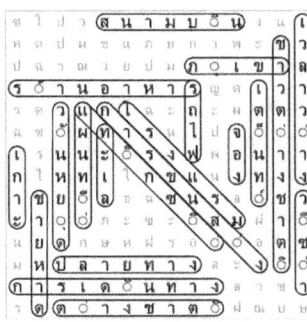

Dictionary

Activities
กิจกรรมต่างๆ

Activity	กิจกรรม
Art	ศิลปะ
Ceramics	เซรามิก
Crafts	งานฝีมือ
Fishing	ตกปลา
Games	เกม
Gardening	การทำสวน
Hunting	ล่าสัตว์
Knitting	ถัก
Leisure	เวลาว่าง
Magic	มายากล
Painting	ภาพวาด
Photography	การถ่ายภาพ
Pleasure	ยินดี
Puzzles	ปริศนา
Reading	การอ่าน
Relaxation	ผ่อนคลาย
Sewing	การเย็บ
Skill	ทักษะ

Activities and Leisure
กิจกรรมและสันทนาการ

Art	ศิลปะ
Baseball	เบสบอล
Basketball	บาสเกตบอล
Boxing	มวย
Diving	ดำน้ำ
Fishing	ตกปลา
Gardening	การทำสวน
Golf	กอล์ฟ
Hobbies	งานอดิเรก
Painting	ภาพวาด
Relaxing	ผ่อนคลาย
Soccer	ฟุตบอล
Surfing	ท่อง
Swimming	ว่ายน้ำ
Tennis	เทนนิส
Travel	เดินทาง
Volleyball	วอลเลย์บอล

Adjectives #1
คำคุณศัพท์ #1

Absolute	แน่นอน
Ambitious	ทะเยอทะยาน
Aromatic	หอม
Artistic	ศิลปะ
Attractive	มีเสน่ห์
Beautiful	สวย
Dark	มืด
Exotic	แปลกใหม่
Generous	ใจกว้าง
Happy	มีความสุข
Heavy	หนัก
Helpful	ช่วยได้
Honest	ซื่อสัตย์
Identical	เหมือนกัน
Important	สำคัญ
Modern	ทันสมัย
Serious	จริงจัง
Slow	ช้า
Thin	บาง
Valuable	มีค่า

Adjectives #2
คำคุณศัพท์ #2

Authentic	แท้
Creative	สร้างสรรค์
Descriptive	ธิบาย
Dramatic	ดราม่า
Dry	แห้ง
Elegant	สง่า
Famous	มีชื่อเสียง
Gifted	มีพรสวรรค์
Healthy	แข็งแรง
Hot	ร้อน
Hungry	หิว
Interesting	น่าสนใจ
Natural	เป็นธรรมชาติ
New	ใหม่
Productive	อุดมสมบูรณ์
Proud	ภูมิใจ
Responsible	รับผิดชอบ
Salty	เค็ม
Sleepy	ง่วงนอน
Wild	ป่า

Adventure
การผจญภัย

Activity	กิจกรรม
Beauty	ความงาม
Bravery	ความกล้าหาญ
Challenges	ความท้าทาย
Chance	โอกาส
Dangerous	อันตราย
Destination	ปลายทาง
Difficulty	ความยาก
Excursion	ทัศนศึกษา
Friends	เพื่อน
Joy	จอย
Nature	ธรรมชาติ
Navigation	นำร่อง
New	ใหม่
Preparation	การตระเตรียม
Safety	ความปลอดภัย
Surprising	น่าแปลกใจ
Travels	การเดินทาง
Unusual	ผิดปกติ

Airplanes
เครื่องบิน

Adventure	การผจญภัย
Air	อากาศ
Altitude	ระดับความสูง
Atmosphere	บรรยากาศ
Balloon	ลูกโป่ง
Construction	การก่อสร้าง
Crew	ลูกเรือ
Descent	การตกทอด
Design	ออกแบบ
Engine	เครื่องยนต์
Fuel	เชื้อเพลิง
Height	ความสูง
History	ประวัติศาสตร์
Hydrogen	ไฮโดรเจน
Landing	ท่าเรือ
Passenger	ผู้โดยสาร
Pilot	นักบิน
Propellers	ใบพัด
Sky	ท้องฟ้า
Turbulence	ความปั่นป่วน

Antarctica
ทวีปแอนตาร์กติกา

Bay	อ่าว
Birds	นก
Clouds	เมฆ
Conservation	การอนุรักษ์
Continent	ทวีป
Cove	โคฟ
Environment	สิ่งแวดล้อม
Expedition	การเดินทาง
Geography	ภูมิศาสตร์
Glaciers	กลาเซียร์
Ice	น้ำแข็ง
Islands	หมู่เกาะ
Migration	การโยกย้าย
Peninsula	คาบสมุทร
Researcher	นักวิจัย
Rocky	ขรุขระ
Scientific	วิทยาศาสตร์
Temperature	อุณหภูมิ
Topography	ภูมิประเทศ
Water	น้ำ

Art
ศิลปะ

Ceramic	เซรามิค
Complex	ซับซ้อน
Composition	ส่วนประกอบ
Create	สร้าง
Expression	การแสดงออก
Honest	ซื่อสัตย์
Mood	อารมณ์
Original	ต้นฉบับ
Paintings	ภาพวาด
Personal	ส่วนตัว
Poetry	บทกวี
Portray	วาดภาพ
Sculpture	ประติมากรรม
Simple	ง่าย
Subject	เรื่อง
Surrealism	สถิตยศาสตร์
Symbol	สัญลักษณ์
Visual	ภาพ

Art Supplies
อุปกรณ์ศิลปะ

Acrylic	อะคริลิค
Brushes	แปรง
Camera	กล้อง
Chair	เก้าอี้
Charcoal	ถ่าน
Clay	เคลย์
Colors	สี
Easel	ขาตั้ง
Eraser	ยางลบ
Glue	กาว
Ideas	ไอเดีย
Ink	หมึก
Oil	น้ำมัน
Paper	กระดาษ
Pastels	พาส
Pencils	ดินสอ
Table	โต๊ะ
Water	น้ำ
Watercolors	สีน้ำ

Astronomy
ดาราศาสตร์

Astronaut	นักบินอวกาศ
Astronomer	นักดาราศาสตร์
Constellation	กลุ่มดาว
Earth	โลก
Eclipse	คราส
Equinox	วิษุวัต
Galaxy	กาแลกซี่
Meteor	ดาวตก
Moon	ดวงจันทร์
Nebula	เนบิวลา
Observatory	หอดูดาว
Planet	ดาวเคราะห์
Radiation	รังสี
Rocket	จรวด
Satellite	ดาวเทียม
Sky	ท้องฟ้า
Solar	แสงอาทิตย์
Supernova	ซูเปอร์โนวา
Universe	จักรวาล
Zodiac	จักรราศี

Autumn
ฤดูใบไม้ร่วง

Acorn	ลูกโอ๊ก
Apples	แอปเปิ้ล
Chestnuts	เกาลัด
Climate	ภูมิอากาศ
Clothing	เสื้อผ้า
Deciduous	ซึ่งผลัดใบ
Equinox	วิษุวัต
Festival	เทศกาล
Fires	ไฟไหม้
Frost	น้ำแข็ง
Migration	การโยกย้าย
Months	เดือน
Nature	ธรรมชาติ
Orchard	สวนผลไม้
Seasonal	ตามฤดูกาล
Weather	สภาพอากาศ

Ballet
บัลเล่ต์

Applause	เสียงปรบมือ
Artistic	ศิลปะ
Audience	ผู้ชม
Composer	นักแต่งเพลง
Dancers	นักเต้น
Expressive	แสดงออก
Gesture	ท่าทาง
Graceful	สง่างาม
Intensity	ความเข้มข้น
Lessons	บทเรียน
Muscles	กล้ามเนื้อ
Music	ดนตรี
Orchestra	วงดนตรี
Practice	ซ้อม
Rhythm	จังหวะ
Skill	ทักษะ
Solo	เดี่ยว
Style	รูปแบบ
Technique	เทคนิค

Barbecues
บาร์บีคิว

Chicken	ไก่
Dinner	อาหารเย็น
Family	ครอบครัว
Food	อาหาร
Forks	ส้อม
Friends	เพื่อน
Fruit	ผลไม้
Games	เกม
Grill	ย่าง
Hot	ร้อน
Hunger	ความหิว
Knives	มีด
Lunch	อาหารกลางวัน
Music	ดนตรี
Salads	สลัด
Salt	เกลือ
Sauce	ซอส
Summer	ฤดูร้อน
Tomatoes	มะเขือเทศ
Vegetables	ผัก

Beach
ชายหาด

Blue	สีน้ำเงิน
Boat	เรือ
Coast	ชายฝั่ง
Crab	ปู
Dock	ท่าเรือ
Island	เกาะ
Lagoon	ลากูน
Ocean	มหาสมุทร
Reef	รีฟ
Sailboat	เรือใบ
Sand	ทราย
Sandals	รองเท้าแตะ
Sea	ทะเล
Sun	ดวงอาทิตย์
Towel	ผ้าขนหนู
Umbrella	ร่ม
Vacation	วันหยุด

Bees
ผึ้ง

Beneficial	เป็นประโยชน์
Blossom	ดอก
Diversity	ความหลากหลาย
Ecosystem	ระบบนิเวศ
Flowers	ดอกไม้
Food	อาหาร
Fruit	ผลไม้
Garden	สวน
Habitat	ที่อยู่อาศัย
Hive	รัง
Honey	น้ำผึ้ง
Insect	แมลง
Plants	พืช
Pollen	เรณู
Queen	ควีน
Smoke	ควัน
Sun	ดวงอาทิตย์
Swarm	ฝูง
Wax	ขี้ผึ้ง
Wings	ปีก

Birds
นก

Canary	คานารี
Chicken	ไก่
Crow	อีกา
Cuckoo	นกกาเหว่า
Duck	เป็ด
Eagle	อินทรี
Egg	ไข่
Flamingo	ฟลามิงโก
Goose	ห่าน
Gull	นางนวล
Heron	กระสา
Ostrich	นกกระจอกเทศ
Parrot	นกแก้ว
Peacock	นกยูง
Pelican	นกกระทุง
Penguin	เพนกวิน
Sparrow	กระจอก
Stork	นกกระสา
Swan	หงส์
Toucan	ทูแคน

Birthday
วันเกิด

Born	เกิด
Cake	เค้ก
Calendar	ปฏิทิน
Candles	เทียน
Cards	ไพ่
Celebration	งานฉลอง
Day	วัน
Friends	เพื่อน
Fun	สนุก
Gift	ของขวัญ
Happy	มีความสุข
Invitations	คำเชิญ
Song	เพลง
Special	พิเศษ
Time	เวลา
To Learn	เรียนรู้
To Sing	ร้องเพลง
Wisdom	ปัญญา
Year	ปี
Young	หนุ่มสาว

Boats
เรือ

Anchor	สมอ
Buoy	ทุ่น
Canoe	แคนู
Crew	ลูกเรือ
Dock	ท่าเรือ
Engine	เครื่องยนต์
Ferry	เรือข้ามฟาก
Kayak	คายัค
Lake	ทะเลสาบ
Lifeboat	เรือชูชีพ
Mast	เสา
Ocean	มหาสมุทร
Raft	แพ
River	แม่น้ำ
Rope	เชือก
Sailboat	เรือใบ
Sailor	กะลาสี
Sea	ทะเล
Waves	คลื่น
Yacht	เรือยอชท์

Books
หนังสือ

Adventure	การผจญภัย
Author	ผู้เขียน
Collection	ชุด
Context	บริบท
Duality	ความเป็นคู่
Epic	มหากาพย์
Historical	ประวัติศาสตร์
Humorous	ตลก
Inventive	ประดิษฐ์
Literary	วรรณกรรม
Narrator	ผู้บรรยาย
Novel	นิยาย
Page	หน้า
Poem	กลอน
Poetry	บทกวี
Reader	ผู้อ่าน
Relevant	ที่เกี่ยวข้อง
Story	เรื่องราว
Tragic	อนาถ
Written	เขียน

Buildings
สิ่งปลูกสร้าง

Apartment	อพาร์ทเม้น
Barn	โรงนา
Cabin	ห้าง
Castle	ปราสาท
Cinema	โรงภาพยนตร์
Embassy	สถานทูต
Factory	โรงงาน
Farm	ฟาร์ม
Garage	โรงรถ
Hospital	โรงพยาบาล
Hostel	ที่พัก
Hotel	โรงแรม
Museum	พิพิธภัณฑ์
Observatory	หอดูดาว
School	โรงเรียน
Stadium	สนามกีฬา
Tent	เต็นท์
Theater	โรงละคร
Tower	หอคอย
University	มหาวิทยาลัย

Camping
ค่ายพักแรม

Adventure	การผจญภัย
Animals	สัตว์
Cabin	ห้าง
Canoe	แคนู
Compass	เข็มทิศ
Fire	ไฟ
Forest	ป่า
Fun	สนุก
Hammock	เปลญวน
Hat	หมวก
Hunting	ล่าสัตว์
Insect	แมลง
Lake	ทะเลสาบ
Map	แผนที่
Moon	ดวงจันทร์
Mountain	ภูเขา
Nature	ธรรมชาติ
Rope	เชือก
Tent	เต็นท์
Trees	ต้นไม้

Castles
ปราสาท

Armor	เกราะ
Catapult	หนังสติ๊ก
Crown	มงกุฎ
Dragon	มังกร
Dynasty	ราชวงศ์
Empire	จักรวรรดิ
Feudal	ฟิวดัล
Fortress	ป้อม
Horse	ม้า
Kingdom	อาณาจักร
Knight	อัศวิน
Noble	ชั้นสูง
Palace	พระราชวัง
Prince	เจ้าชาย
Princess	เจ้าหญิง
Shield	โล่
Sword	ดาบ
Tower	หอคอย
Unicorn	ยูนิคอร์น
Wall	ผนัง

Cats
แมว

Claw	กรงเล็บ
Crazy	บ้า
Fast	เร็ว
Funny	ตลก
Fur	ขน
Hunter	ฮันเตอร์
Independent	อิสระ
Little	น้อย
Mouse	หนู
Paw	พาว
Personality	บุคลิกภาพ
Playful	ขี้เล่น
Shy	อาย
Sleep	นอน
Tail	หาง
Wild	ป่า
Yarn	เส้นด้าย

Championship
การแข่งขันชิงแชมป์

Champion	แชมป์
Championship	ชิงแชมป์
Coach	โค้ช
Endurance	ความอดทน
Games	เกม
Judge	ผู้พิพากษา
League	ลีก
Medal	เหรียญ
Motivation	แรงจูงใจ
Performance	การแสดง
Perspiration	เหงื่อ
Sports	กีฬา
Strategy	กลยุทธ์
Team	ทีม
To Breathe	หายใจ
Tournament	การแข่งขัน
Victory	ชัยชนะ

Chess
หมากรุก

Black	สีดำ
Challenges	ความท้าทาย
Champion	แชมป์
Clever	ฉลาด
Diagonal	เส้นทแยงมุม
Game	เกม
King	กษัตริย์
Opponent	คู่แข่ง
Passive	รู
Player	ผู้เล่น
Points	คะแนน
Queen	ควีน
Rules	กฎ
Sacrifice	อุทิศ
Strategy	กลยุทธ์
Time	เวลา
To Learn	เรียนรู้
Tournament	การแข่งขัน
White	ขาว

Chocolate
ช็อกโกแลต

Aroma	กลิ่นหอม
Artisanal	ช่างฝีมือ
Bitter	ขม
Cacao	โกโก้
Calories	แคลอรี่
Candy	ลูกอม
Caramel	คาราเมล
Coconut	มะพร้าว
Delicious	อร่อย
Exotic	แปลกใหม่
Favorite	ที่ชื่นชอบ
Flavor	รสชาติ
Ingredient	ส่วนผสม
Peanuts	ถั่ว
Quality	คุณภาพ
Recipe	สูตรอาหาร
Sugar	น้ำตาล
Sweet	หวาน
Taste	รส
To Eat	กิน

Circus
ละครสัตว์

Acrobat	กายกรรม
Animals	สัตว์
Balloons	ลูกโป่ง
Candy	ลูกอม
Clown	ตัวตลก
Costume	ชุดแต่งกาย
Elephant	ช้าง
Juggler	จักเกอร์
Lion	สิงโต
Magic	มายากล
Magician	นักมายากล
Monkey	ลิง
Music	ดนตรี
Parade	ขบวนแห่
Show	แสดง
Spectacular	งดงาม
Tent	เต็นท์
Ticket	ตั๋ว
Tiger	เสือ
Trick	เคล็ดลับ

Climbing
ปีนเขา

Altitude	ระดับความสูง
Atmosphere	บรรยากาศ
Boots	รองเท้าบูท
Cave	ถ้ำ
Challenges	ความท้าทาย
Curiosity	ความอยากรู้
Expert	ผู้เชี่ยวชาญ
Gloves	ถุงมือ
Guides	คำแนะนำ
Helmet	หมวกนิรภัย
Injury	บาดเจ็บ
Map	แผนที่
Narrow	แคบ
Physical	ทางกายภาพ
Stability	ความมั่นคง
Strength	แรง
Terrain	ภูมิประเทศ
Training	การอบรม

Clothes
เสื้อผ้า

Apron	ผ้ากันเปื้อน
Belt	เข็มขัด
Bracelet	สร้อยข้อมือ
Coat	เสื้อโค้ท
Dress	ชุด
Fashion	แฟชั่น
Gloves	ถุงมือ
Hat	หมวก
Jacket	แจ็คเก็ต
Jeans	ยีนส์
Necklace	สร้อยคอ
Pajamas	ชุดนอน
Pants	กางเกง
Sandals	รองเท้าแตะ
Scarf	ผ้าพันคอ
Shirt	เสื้อ
Shoe	รองเท้า
Skirt	กระโปรง
Socks	ถุงเท้า
Sweater	เสื้อคลุม

Colors
สีสัน

Beige	เบจ
Black	สีดำ
Blue	สีน้ำเงิน
Brown	สีน้ำตาล
Crimson	สีแดงเข้ม
Cyan	สีฟ้า
Fuchsia	ฟูเชีย
Green	เขียว
Grey	เทา
Indigo	คราม
Magenta	สีม่วงแดง
Orange	ส้ม
Pink	ชมพู
Purple	สีม่วง
Red	แดง
Sepia	ซีเปีย
White	ขาว
Yellow	สีเหลือง

Comedy
ตลก

Actor	นักแสดง
Actress	นักแสดงหญิง
Applause	เสียงปรบมือ
Audience	ผู้ชม
Clever	ฉลาด
Clowns	ตัวตลก
Expressive	แสดงออก
Fun	สนุก
Funny	ตลก
Genre	ประเภท
Humor	อารมณ์ขัน
Improvisation	ปฏิภาณโวหาร
Jokes	เรื่องตลก
Laughter	เสียงหัวเราะ
Parody	ล้อเลียน
Television	โทรทัศน์
Theater	โรงละคร

Conservation
อนุรักษ์

Chemicals	สารเคมี
Climate	ภูมิอากาศ
Cycle	รอบ
Ecosystem	ระบบนิเวศ
Education	การศึกษา
Green	เขียว
Habitat	ที่อยู่อาศัย
Health	สุขภาพ
Natural	เป็นธรรมชาติ
Organic	อินทรีย์
Pesticide	แมลง
Pollution	มลพิษ
Recycle	รีไซเคิล
Reduce	ลด
Sustainable	ยั่งยืน
Volunteer	อาสาสมัคร
Water	น้ำ

Countries #2
ประเทศ #2

Albania	แอลเบเนีย
Denmark	เดนมาร์ก
Ethiopia	เอธิโอเปีย
Greece	กรีซ
Haiti	เฮติ
Jamaica	จาไมก้า
Japan	ญี่ปุ่น
Laos	ลาว
Lebanon	เลบานอน
Liberia	ไลบีเรีย
Mexico	เม็กซิโก
Nepal	เนปาล
Nigeria	ไนจีเรีย
Pakistan	ปากีสถาน
Russia	รัสเซีย
Somalia	โซมาเลีย
Sudan	ซูดาน
Syria	ซีเรีย
Uganda	ยูกันดา
Ukraine	ยูเครน

Dance
เต้นรำ

Art	ศิลปะ
Body	ร่างกาย
Classical	คลาสสิก
Culture	วัฒนธรรม
Emotion	อารมณ์
Expressive	แสดงออก
Grace	เกรซ
Jump	กระโดด
Movement	การเคลื่อนไหว
Music	ดนตรี
Partner	หุ้นส่วน
Posture	ท่าทาง
Rehearsal	ซ้อม
Rhythm	จังหวะ
Traditional	ดั้งเดิม
Visual	ภาพ

Days and Months
วันและเดือน

April	เมษายน
August	สิงหาคม
Calendar	ปฏิทิน
February	กุมภาพันธ์
Friday	วันศุกร์
January	มกราคม
July	กรกฎาคม
March	มีนาคม
Monday	วันจันทร์
Month	เดือน
November	พฤศจิกายน
October	ตุลาคม
Saturday	วันเสาร์
September	กันยายน
Sunday	วันอาทิตย์
Thursday	วันพฤหัสบดี
Tuesday	วันอังคาร
Wednesday	วันพุธ
Week	สัปดาห์
Year	ปี

Dinosaurs
ไดโนเสาร์

Carnivore	สัตว์กินเนื้อ
Disappearance	หายตัวไป
Earth	โลก
Evolution	วิวัฒนาการ
Fossils	ฟอสซิล
Herbivore	สมุนไพร
Large	ใหญ่
Mammoth	แมมมอธ
Omnivore	ออมนิวอร์
Powerful	ทรงพลัง
Prey	เหยื่อ
Raptor	แร็พเตอร์
Size	ขนาด
Species	สายพันธุ์
Tail	หาง
Vicious	เลวร้าย
Wings	ปีก

Dogs
สุนัข

Big	ใหญ่
Bone	กระดูก
Companion	สหาย
Friendly	เป็นมิตร
Fun	สนุก
Furry	ขนยาว
Gentle	อ่อนโยน
Instincts	สัญชาตญาณ
Leash	สายจูง
Loyal	ซื่อสัตย์
Obedient	เชื่อฟัง
Pet	สัตว์เลี้ยง
Puppy	ลูกหมา
Small	เล็ก
Stubborn	ดื้อ
Training	การอบรม

Driving
การขับรถ

Accident	อุบัติเหตุ
Brakes	เบรค
Car	รถ
Danger	อันตราย
Driver	คนขับรถ
Fuel	เชื้อเพลิง
Garage	โรงรถ
Gas	แก๊ส
License	ใบอนุญาต
Map	แผนที่
Motor	เครื่องยนต์
Motorcycle	รถจักรยานยนต์
Pedestrian	คนเดินเท้า
Police	ตำรวจ
Safety	ความปลอดภัย
Speed	ความเร็ว
Street	ถนน
Traffic	การจราจร
Truck	รถบรรทุก
Tunnel	อุโมงค์

Ecology
นิเวศวิทยา

Climate	ภูมิอากาศ
Communities	ชุมชน
Diversity	ความหลากหลาย
Drought	แล้ง
Fauna	สัตว์ป่า
Flora	ฟลอรา
Global	ทั่วโลก
Habitat	ที่อยู่อาศัย
Marine	ทะเล
Marsh	บึง
Mountains	ภูเขา
Natural	เป็นธรรมชาติ
Nature	ธรรมชาติ
Resources	ทรัพยากร
Species	สายพันธุ์
Survival	การอยู่รอด
Sustainable	ยั่งยืน
Vegetation	พืช
Volunteers	อาสาสมัคร

Emotions
อารมณ์ความรู้สึก

Anger	ความโกรธ
Boredom	เบื่อ
Calm	สงบ
Content	เนื้อหา
Excited	ตื่นเต้น
Fear	กลัว
Grateful	กตัญญู
Joy	จอย
Kindness	ความเมตตา
Love	รัก
Peace	สันติภาพ
Relaxed	ผ่อนคลาย
Relief	การบรรเทา
Sadness	ความเศร้า
Satisfied	พอใจ
Surprise	เซอร์ไพรส์
Tenderness	แผ่วๆ
Tranquility	ความสงบ

Exploration
การสำรวจ

Activity	กิจกรรม
Animals	สัตว์
Courage	ความกล้าหาญ
Cultures	วัฒนธรรม
Determination	การกำหนด
Discovery	การค้นพบ
Distant	ไกล
Excitement	ความตื่นเต้น
Exhaustion	ความอ่อนเพลีย
Hazards	อันตราย
Language	ภาษา
New	ใหม่
Space	อวกาศ
Terrain	ภูมิประเทศ
To Learn	เรียนรู้
Travel	เดินทาง
Unknown	ไม่ทราบ
Wild	ป่า

Family
ครอบครัว

Ancestor	บรรพบุรุษ
Aunt	ป้า
Brother	น้องชาย
Child	เด็ก
Childhood	วัยเด็ก
Cousin	ลูกพี่ลูกน้อง
Daughter	ลูกสาว
Grandchild	หลาน
Grandfather	ปู่
Grandmother	ยาย
Husband	สามี
Maternal	มารดา
Mother	แม่
Nephew	หลานชาย
Niece	หลานสาว
Paternal	พ่อ
Sister	น้องสาว
Twins	ฝาแฝด
Uncle	ลุง
Wife	ภรรยา

Farm #1
ฟาร์ม #1

Agriculture	เกษตรกรรม
Bee	ผึ้ง
Bison	กระทิง
Calf	น่อง
Cat	แมว
Chicken	ไก่
Cow	วัว
Crow	อีกา
Dog	หมา
Donkey	ลา
Fence	รั้ว
Fertilizer	ปุ๋ย
Field	สนาม
Goat	แพะ
Hay	ฟาง
Honey	น้ำผึ้ง
Horse	ม้า
Rice	ข้าว
Seeds	เมล็ด
Water	น้ำ

Farm #2
ฟาร์ม #2

Animals	สัตว์
Barley	บาร์เล่ย์
Barn	โรงนา
Corn	ข้าวโพด
Duck	เป็ด
Farmer	ชาวนา
Food	อาหาร
Fruit	ผลไม้
Irrigation	ชลประทาน
Lamb	ลูกแกะ
Llama	ลามา
Meadow	ทุ่งหญ้า
Milk	นม
Orchard	สวนผลไม้
Sheep	แกะ
Shepherd	คนเลี้ยงแกะ
Tractor	รถแทรกเตอร์
Vegetable	ผัก
Wheat	ข้าวสาลี
Windmill	กังหัน

Fishing
ตกปลา

Bait	เหยื่อ
Basket	ตะกร้า
Beach	ชายหาด
Boat	เรือ
Cook	ทำอาหาร
Equipment	อุปกรณ์
Fins	ครีบ
Gills	เหงือก
Hook	ตะขอ
Jaw	ขากรรไกร
Lake	ทะเลสาบ
Ocean	มหาสมุทร
Patience	ความอดทน
River	แม่น้ำ
Scales	ตาชั่ง
Season	ฤดู
Water	น้ำ
Weight	น้ำหนัก
Wire	ลวด

Flowers
ดอกไม้

Bouquet	ช่อดอกไม้
Calendula	ดาวเรือง
Clover	โคลเวอร์
Daisy	เดซี่
Dandelion	แดนดิไลออน
Gardenia	พุด
Hibiscus	ชบา
Jasmine	มะลิ
Lavender	ลาเวนเดอร์
Lilac	ม่วง
Lily	ลิลลี่
Magnolia	แมกโนเลีย
Orchid	กล้วยไม้
Passionflower	เสาวรส
Peony	โบตั๋น
Petal	กลีบ
Poppy	ป๊อปปี้
Rose	กุหลาบ
Sunflower	ดอกทานตะวัน
Tulip	ทิวลิป

Food #1
อาหาร #1

Apricot	แอปริคอท
Barley	บาร์เล่ย์
Basil	โหระพา
Carrot	แครอท
Cinnamon	อบเชย
Garlic	กระเทียม
Juice	น้ำผลไม้
Lemon	มะนาว
Milk	นม
Onion	หัวหอม
Peanut	ถั่วลิสง
Pear	ลูกแพร์
Salad	สลัด
Salt	เกลือ
Soup	ซุป
Spinach	ผักโขม
Sugar	น้ำตาล
Tofu	เต้าหู้
Tuna	ทูน่า
Turnip	หัวผักกาด

Food #2
อาหาร #2

Apple	แอปเปิ้ล
Artichoke	อาติโช๊ค
Banana	กล้วย
Broccoli	บรอกโคลี
Celery	ขึ้นฉ่าย
Cheese	ชีส
Cherry	เชอร์รี่
Chicken	ไก่
Chocolate	ช็อคโกแลต
Egg	ไข่
Eggplant	มะเขือ
Fish	ปลา
Grape	องุ่น
Ham	แฮม
Kiwi	กีวี่
Mushroom	เห็ด
Rice	ข้าว
Tomato	มะเขือเทศ
Wheat	ข้าวสาลี
Yogurt	โยเกิร์ต

Fruit
ผลไม้

Apple	แอปเปิ้ล
Apricot	แอปริคอท
Avocado	อาโวคาโด
Banana	กล้วย
Berry	เบอร์รี่
Cherry	เชอร์รี่
Coconut	มะพร้าว
Fig	มะเดื่อ
Grape	องุ่น
Guava	ฝรั่ง
Kiwi	กีวี่
Lemon	มะนาว
Mango	มะม่วง
Melon	เมลอน
Nectarine	เนคทารีน
Papaya	มะละกอ
Peach	พีช
Pear	ลูกแพร์
Pineapple	สัปปะรด
Raspberry	ราสเบอร์รี่

Furniture
เฟอร์นิเจอร์

Armoire	อาร์มัวร์
Bed	เตียง
Bench	ม้านั่ง
Bookcase	ตู้หนังสือ
Chair	เก้าอี้
Comforters	ผ้านวม
Couch	โซฟา
Curtains	ผ้าม่าน
Cushions	หมอนอิง
Desk	โต๊ะ
Futon	ฟูก
Hammock	เปลญวน
Lamp	โคมไฟ
Mattress	ที่นอน
Mirror	กระจก
Pillow	หมอน
Rug	พรม
Shelves	ชั้นวาง

Garden
สวนหย่อม

Bench	ม้านั่ง
Bush	บุช
Fence	รั้ว
Flower	ดอกไม้
Garage	โรงรถ
Garden	สวน
Grass	หญ้า
Hammock	เปลญวน
Hose	ท่อ
Lawn	สนามหญ้า
Orchard	สวนผลไม้
Pond	บ่อน้ำ
Porch	ระเบียง
Rake	คราด
Shovel	พลั่ว
Soil	ดิน
Terrace	ชานบ้าน
Trampoline	แทรมโพลีน
Tree	ต้นไม้
Weeds	วัชพืช

Geography
ภูมิศาสตร์

Altitude	ระดับความสูง
Atlas	แอตลาส
City	เมือง
Continent	ทวีป
Country	ประเทศ
Hemisphere	ซีกโลก
Island	เกาะ
Latitude	ละติจูด
Map	แผนที่
Meridian	เมอริเดียน
Mountain	ภูเขา
North	ทิศเหนือ
Ocean	มหาสมุทร
Region	ภาค
River	แม่น้ำ
Sea	ทะเล
South	ใต้
Territory	อาณาเขต
West	ตะวันตก
World	โลก

Geology
ธรณีวิทยา

Acid	กรด
Calcium	แคลเซียม
Cavern	ถ้ำ
Continent	ทวีป
Coral	ปะการัง
Crystals	คริสตัล
Cycles	รอบ
Earthquake	แผ่นดินไหว
Erosion	ร่อน
Fossil	ฟอสซิล
Geyser	ไกเซอร์
Lava	ลาวา
Layer	ชั้น
Minerals	แร่ธาตุ
Plateau	ที่ราบสูง
Quartz	ควอทซ์
Salt	เกลือ
Stalactite	หินย้อย
Stone	หิน
Volcano	ภูเขาไฟ

Hair Types
ประเภทผม

Bald	หัวล้าน
Black	สีดำ
Blond	สีบลอนด์
Braided	ถัก
Braids	ถักเปีย
Brown	สีน้ำตาล
Colored	สี
Curly	หยิก
Dry	แห้ง
Gray	สีเทา
Healthy	แข็งแรง
Long	ยาว
Shiny	เงา
Short	สั้น
Silver	เงิน
Soft	อ่อนนุ่ม
Thick	หนา
Thin	บาง
Wavy	หยัก
White	ขาว

Herbalism
ยาสมุนไพร

Aromatic	หอม
Basil	โหระพา
Beneficial	เป็นประโยชน์
Culinary	การทำอาหาร
Fennel	เม็ดยี่หร่า
Flavor	รสชาติ
Flower	ดอกไม้
Garden	สวน
Garlic	กระเทียม
Green	เขียว
Ingredient	ส่วนผสม
Lavender	ลาเวนเดอร์
Marjoram	มาร์โจแรม
Mint	มินต์
Oregano	ออริกาโน่
Parsley	ผักชีฝรั่ง
Plant	ปลูก
Rosemary	โรสแมรี่
Saffron	หญ้าฝรั่น
Tarragon	ทาร์รากอน

Hiking
เดินป่า

Animals	สัตว์
Boots	รองเท้าบูท
Cliff	หน้าผา
Climate	ภูมิอากาศ
Guides	คำแนะนำ
Hazards	อันตราย
Heavy	หนัก
Map	แผนที่
Mosquitoes	ยุง
Mountain	ภูเขา
Nature	ธรรมชาติ
Orientation	ปฐมนิเทศ
Preparation	การตระเตรียม
Stones	หิน
Sun	ดวงอาทิตย์
Tired	เหนื่อย
Water	น้ำ
Weather	สภาพอากาศ
Wild	ป่า

House
บ้าน

Attic	ห้องใต้หลังคา
Broom	ไม้กวาด
Curtains	ผ้าม่าน
Door	ประตู
Fence	รั้ว
Fireplace	เตาผิง
Floor	พื้น
Furniture	เฟอร์นิเจอร์
Garage	โรงรถ
Garden	สวน
Keys	คีย์
Kitchen	ครัว
Lamp	โคมไฟ
Library	ห้องสมุด
Mirror	กระจก
Roof	หลังคา
Room	ห้อง
Shower	อาบน้ำ
Wall	ผนัง
Window	หน้าต่าง

Human Body
ร่างกายมนุษย์

Ankle	ข้อเท้า
Blood	เลือด
Bones	กระดูก
Brain	สมอง
Chin	คาง
Ear	หู
Elbow	ข้อศอก
Face	หน้า
Finger	นิ้ว
Hand	มือ
Head	หัว
Heart	หัวใจ
Jaw	ขากรรไกร
Knee	เข่า
Leg	ขา
Mouth	ปาก
Neck	คอ
Nose	จมูก
Shoulder	ไหล่
Skin	ผิว

Insects
แมลง

Ant	มด
Aphid	เพลี้ย
Bee	ผึ้ง
Beetle	ด้วง
Butterfly	ผีเสื้อ
Cicada	จักจั่น
Cockroach	แมลงสาบ
Dragonfly	แมลงปอ
Flea	เห็บ
Grasshopper	ตั๊กแตน
Hornet	แตน
Ladybug	เต่าทอง
Larva	ตัวอ่อน
Locust	ปาทังกา
Mantis	กงแตนแตน
Mosquito	ยุง
Moth	มอด
Termite	ปลวก
Wasp	ต่อ
Worm	หนอน

Kitchen
ห้องครัว

Apron	ผ้ากันเปื้อน
Bowl	ชาม
Chopsticks	ตะเกียบ
Cups	ถ้วย
Food	อาหาร
Forks	ส้อม
Grill	ย่าง
Jug	เหยือก
Kettle	กาต้มน้ำ
Knives	มีด
Ladle	ทัพพี
Napkin	ผ้าเช็ดปาก
Oven	เตาอบ
Recipe	สูตรอาหาร
Refrigerator	ตู้เย็น
Spices	เครื่องเทศ
Sponge	ฟองน้ำ
Spoons	ช้อน
To Eat	กิน

Landscapes
ทิวทัศน์

Beach	ชายหาด
Cave	ถ้ำ
Desert	ทะเลทราย
Geyser	ไกเซอร์
Glacier	ธารน้ำแข็ง
Hill	เนินเขา
Iceberg	ภูเขาน้ำแข็ง
Island	เกาะ
Lake	ทะเลสาบ
Mountain	ภูเขา
Oasis	โอเอซิส
Ocean	มหาสมุทร
Peninsula	คาบสมุทร
River	แม่น้ำ
Sea	ทะเล
Swamp	บึง
Tundra	ทุนดรา
Valley	หุบเขา
Volcano	ภูเขาไฟ
Waterfall	น้ำตก

Literature
วรรณกรรม

Analogy	อะนาล็อก
Analysis	การวิเคราะห์
Author	ผู้เขียน
Biography	ชีวประวัติ
Conclusion	บทสรุป
Critique	บทวิจารณ์
Description	ลักษณะ
Dialogue	บทพูด
Genre	ประเภท
Metaphor	คำอุปมา
Narrator	ผู้บรรยาย
Novel	นิยาย
Opinion	ความเห็น
Poem	กลอน
Poetic	บทกวี
Rhyme	สัมผัส
Rhythm	จังหวะ
Style	รูปแบบ
Theme	ธีม
Tragedy	โศกนาฏกรรม

Mammals
สัตว์เลี้ยงลูกด้วยนม

Bear	หมี
Beaver	บีเวอร์
Bull	โค
Cat	แมว
Coyote	โคโยตี้
Dog	หมา
Dolphin	ปลาโลมา
Elephant	ช้าง
Fox	ฟ็อกซ์
Giraffe	ยีราฟ
Gorilla	กอริลลา
Horse	ม้า
Kangaroo	จิงโจ้
Lion	สิงโต
Monkey	ลิง
Rabbit	กระต่าย
Sheep	แกะ
Whale	วาฬ
Wolf	หมาป่า
Zebra	ม้าลาย

Math
คณิตศาสตร์

Angles	มุม
Arithmetic	เลขคณิต
Circumference	เส้นรอบวง
Decimal	ทศนิยม
Degrees	องศา
Division	แผนก
Equation	สมการ
Exponent	ตัวแทน
Fraction	เศษส่วน
Geometry	เรขาคณิต
Numbers	หมายเลข
Parallel	ขนาน
Perimeter	ขอบ
Perpendicular	ตั้งฉาก
Radius	รัศมี
Sum	รวม
Symmetry	สมมาตร
Triangle	สามเหลี่ยม
Volume	ระดับเสียง

Measurements
การวัด

Byte	ไบต์
Centimeter	เซนติเมตร
Decimal	ทศนิยม
Degree	องศา
Depth	ความลึก
Gram	กรัม
Height	ความสูง
Inch	นิ้ว
Kilogram	กิโลกรัม
Kilometer	กิโลเมตร
Length	ความยาว
Liter	ลิตร
Mass	มวล
Meter	เมตร
Minute	นาที
Ounce	ออนซ์
Ton	ตัน
Volume	ระดับเสียง
Weight	น้ำหนัก
Width	ความกว้าง

Meditation
การทำสมาธิ

Acceptance	การยอมรับ
Attention	ความสนใจ
Awake	ตื่น
Breathing	การหายใจ
Calm	สงบ
Clarity	ความชัดเจน
Emotions	อารมณ์
Gratitude	ความกตัญญู
Habits	นิสัย
Kindness	ความเมตตา
Mental	จิต
Mind	ใจ
Movement	การเคลื่อนไหว
Music	ดนตรี
Nature	ธรรมชาติ
Peace	สันติภาพ
Perspective	มุมมอง
Silence	ความเงียบ
Thoughts	ความคิด
To Learn	เรียนรู้

Musical Instruments
เครื่องดนตรี

Banjo	แบนโจ
Bassoon	ปี่บาสซูน
Cello	เชลโล
Chimes	ตีระฆัง
Clarinet	คลาริเน็ต
Drum	กลอง
Drumsticks	ไม้ตีกลอง
Flute	ขลุ่ย
Gong	ฆ้อง
Guitar	กีตาร์
Harp	ฮาร์ป
Mandolin	แมนโดลิน
Marimba	มาริมบา
Oboe	โอโบ
Piano	เปียโน
Saxophone	แซกโซโฟน
Tambourine	แทมบูรีน
Trombone	ทรอมโบน
Trumpet	แตร
Violin	ไวโอลิน

Mythology
ตำนานเทพนิยาย

Archetype	ต้นแบบ
Behavior	พฤติกรรม
Beliefs	ความเชื่อ
Creation	การสร้าง
Creature	สิ่งมีชีวิต
Culture	วัฒนธรรม
Deities	เทพ
Disaster	ภัยพิบัติ
Heaven	สวรรค์
Hero	ฮีโร่
Immortality	อมตภาพ
Jealousy	ความหึงหวง
Labyrinth	เขาวงกต
Legend	ตำนาน
Lightning	ฟ้าผ่า
Monster	สัตว์ประหลาด
Mortal	ยแร
Revenge	แก้แค้น
Thunder	ฟ้าร้อง
Warrior	นักรบ

Nature
ธรรมชาติ

Animals	สัตว์
Arctic	อาร์กติก
Beauty	ความงาม
Bees	ผึ้ง
Cliffs	หน้าผา
Clouds	เมฆ
Desert	ทะเลทราย
Dynamic	พลวัต
Erosion	ร่อน
Fog	หมอก
Foliage	ใบไม้
Forest	ป่า
Glacier	ธารน้ำแข็ง
Mountains	ภูเขา
Peaceful	สงบ
River	แม่น้ำ
Serene	นิ่ง
Shelter	ที่หลบภัย
Tropical	เขตร้อน
Vital	สำคัญมาก

Numbers
ตัวเลข

Decimal	ทศนิยม
Eight	แปด
Eighteen	สิบแปด
Fifteen	สิบห้า
Five	ห้า
Four	สี่
Fourteen	สิบสี่
Nine	เก้า
Nineteen	สิบเก้า
One	หนึ่ง
Seven	เจ็ด
Seventeen	สิบเจ็ด
Six	หก
Sixteen	สิบหก
Ten	สิบ
Thirteen	สิบสาม
Three	สาม
Twelve	สิบสอง
Twenty	ยี่สิบ
Two	สอง

Nutrition
โภชนาการ

Appetite	ความกระหาย
Balanced	สมดุล
Bitter	ขม
Calories	แคลอรี่
Carbohydrates	คาร์โบไฮเดรต
Diet	อาหาร
Digestion	การย่อย
Edible	กินได้
Fermentation	การหมัก
Flavor	รสชาติ
Habits	นิสัย
Health	สุขภาพ
Healthy	แข็งแรง
Nutrient	สารอาหาร
Proteins	โปรตีน
Quality	คุณภาพ
Sauce	ซอส
Toxin	พิษ
Vitamin	วิตามิน
Weight	น้ำหนัก

Ocean
มหาสมุทร

Algae	สาหร่าย
Coral	ปะการัง
Crab	ปู
Dolphin	ปลาโลมา
Eel	ปลาไหล
Fish	ปลา
Jellyfish	แมงกะพรุน
Octopus	ปลาหมึกยักษ์
Oyster	หอยนางรม
Reef	รีฟ
Salt	เกลือ
Shark	ฉลาม
Shrimp	กุ้ง
Sponge	ฟองน้ำ
Storm	พายุ
Tides	น้ำขึ้นน้ำลง
Tuna	ทูน่า
Turtle	เต่า
Waves	คลื่น
Whale	วาฬ

Pets
สัตว์เลี้ยง

Cat	แมว
Collar	ป
Cow	วัว
Dog	หมา
Fish	ปลา
Food	อาหาร
Goat	แพะ
Hamster	แฮมสเตอร์
Kitten	ลูกแมว
Leash	สายจูง
Lizard	กิ้งก่า
Mouse	หนู
Parrot	นกแก้ว
Paws	อุ้งเท้า
Puppy	ลูกหมา
Rabbit	กระต่าย
Tail	หาง
Turtle	เต่า
Veterinarian	สัตวแพทย์
Water	น้ำ

Pirates
โจรสลัด

Adventure	การผจญภัย
Anchor	สมอ
Bad	แย่
Beach	ชายหาด
Captain	กัปตัน
Cave	ถ้ำ
Coins	เหรียญ
Compass	เข็มทิศ
Crew	ลูกเรือ
Danger	อันตราย
Flag	ธง
Gold	ทอง
Island	เกาะ
Legend	ตำนาน
Map	แผนที่
Parrot	นกแก้ว
Rum	รัม
Scar	แผลเป็น
Sword	ดาบ
Treasure	สมบัติ

Plants
พืช

Bamboo	ไม้ไผ่
Bean	ถั่ว
Berry	เบอร์รี่
Botany	พฤกษศาสตร์
Bush	บุช
Cactus	กระบองเพชร
Fertilizer	ปุ๋ย
Flora	ฟลอรา
Flower	ดอกไม้
Foliage	ใบไม้
Forest	ป่า
Garden	สวน
Grass	หญ้า
Ivy	ไอวี่
Moss	มอสส์
Petal	กลีบ
Root	ราก
Stem	ห้าม
Tree	ต้นไม้
Vegetation	พืช

Professions #1
วิชาชีพ #1

Ambassador	เอกอัครราชทูต
Astronomer	นักดาราศาสตร์
Attorney	ทนายความ
Banker	นายธนาคาร
Coach	โค้ช
Dancer	นักเต้น
Doctor	หมอ
Editor	บรรณาธิการ
Firefighter	ดับเพลิง
Geologist	นักธรณีวิทยา
Hunter	ฮันเตอร์
Jeweler	อัญมณี
Musician	นักดนตรี
Nurse	พยาบาล
Pianist	นักเปียโน
Plumber	ช่างประปา
Psychologist	นักจิตวิทยา
Sailor	กะลาสี
Tailor	ช่างตัดเสื้อ
Veterinarian	สัตวแพทย์

Professions #2
วิชาชีพ #2

Astronaut	นักบินอวกาศ
Biologist	นักชีววิทยา
Dentist	ทันตแพทย์
Detective	นักสืบ
Engineer	วิศวกร
Farmer	ชาวนา
Gardener	คนสวน
Inventor	นักประดิษฐ์
Journalist	นักข่าว
Librarian	บรรณารักษ์
Linguist	นักภาษาศาสตร์
Painter	จิตรกร
Philosopher	นักปรัชญา
Photographer	ช่างภาพ
Physician	แพทย์
Pilot	นักบิน
Researcher	นักวิจัย
Surgeon	ศัลยแพทย์
Teacher	ครู
Zoologist	นักสัตววิทยา

Rainforest
ป่าฝน

Birds	นก
Botanical	พฤกษศาสตร์
Climate	ภูมิอากาศ
Clouds	เมฆ
Community	ชุมชน
Diversity	ความหลากหลาย
Indigenous	ชนพื้นเมือง
Insects	แมลง
Jungle	ป่า
Moss	มอสส์
Nature	ธรรมชาติ
Preservation	การถนอม
Refuge	ที่หลบภัย
Respect	เคารพ
Restoration	การฟื้นฟู
Species	สายพันธุ์
Survival	การอยู่รอด
Valuable	มีค่า

Restaurant #1
ร้านอาหาร #1

Allergy	ภูมิแพ้
Bowl	ชาม
Bread	ขนมปัง
Cashier	แคชเชียร์
Chicken	ไก่
Coffee	กาแฟ
Dessert	ขนม
Food	อาหาร
Ingredients	ส่วนผสม
Kitchen	ครัว
Knife	มีด
Meat	เนื้อ
Menu	เมนู
Napkin	ผ้าเช็ดปาก
Plate	จาน
Reservation	การจอง
Sauce	ซอส
Spicy	เผ็ด
To Eat	กิน
Waitress	พนักงานเสิร์ฟ

Restaurant #2
ร้านอาหาร #2

Beverage	เครื่องดื่ม
Cake	เค้ก
Chair	เก้าอี้
Delicious	อร่อย
Dinner	อาหารเย็น
Eggs	ไข่
Fish	ปลา
Fork	ส้อม
Fruit	ผลไม้
Ice	น้ำแข็ง
Lunch	อาหารกลางวัน
Noodles	ก๋วยเตี๋ยว
Salad	สลัด
Salt	เกลือ
Soup	ซุป
Spices	เครื่องเทศ
Spoon	ช้อน
Vegetables	ผัก
Waiter	บริกร
Water	น้ำ

School #1
โรงเรียน #1

Alphabet	ตัวอักษร
Answers	ตอบ
Books	หนังสือ
Chair	เก้าอี้
Classroom	ห้องเรียน
Desk	โต๊ะ
Exams	สอบ
Folders	โฟลเดอร์
Friends	เพื่อน
Fun	สนุก
Library	ห้องสมุด
Lunch	อาหารกลางวัน
Math	คณิตศาสตร์
Numbers	หมายเลข
Paper	กระดาษ
Pencil	ดินสอ
Pens	ปากกา
Teacher	ครู
To Learn	เรียนรู้

School #2
โรงเรียน #2

Activities	กิจกรรม
Books	หนังสือ
Bus	รถเมล์
Calendar	ปฏิทิน
Computer	คอมพิวเตอร์
Dictionary	พจนานุกรม
Education	การศึกษา
Eraser	ยางลบ
Friends	เพื่อน
Games	เกม
Grammar	ไวยากรณ์
Homework	การบ้าน
Library	ห้องสมุด
Literature	วรรณกรรม
Paper	กระดาษ
Pencil	ดินสอ
Science	วิทยาศาสตร์
Scissors	กรรไกร
Supplies	เสบียง
Teacher	ครู

Science
วิทยาศาสตร์

Atom	อะตอม
Chemical	เคมี
Climate	ภูมิอากาศ
Data	ข้อมูล
Evolution	วิวัฒนาการ
Experiment	การทดลอง
Fact	ข้อเท็จจริง
Fossil	ฟอสซิล
Gravity	แรงโน้มถ่วง
Hypothesis	สมมติฐาน
Method	วิธี
Minerals	แร่ธาตุ
Molecules	โมเลกุล
Nature	ธรรมชาติ
Observation	การสังเกต
Organism	สิ่งมีชีวิต
Particles	อนุภาค
Physics	ฟิสิกส์
Plants	พืช

Science Fiction
นิยายวิทยาศาสตร์

Atomic	อะตอม
Books	หนังสือ
Chemicals	สารเคมี
Cinema	โรงภาพยนตร์
Dystopia	ดิสโทเปีย
Explosion	การระเบิด
Extreme	สุดขีด
Fantastic	มหัศจรรย์
Fire	ไฟ
Futuristic	อนาคต
Galaxy	กาแลกซี่
Illusion	ภาพลวงตา
Imaginary	เพ้อฝัน
Mysterious	ลึกลับ
Oracle	สิทธิ์
Planet	ดาวเคราะห์
Robots	หุ่นยนต์
Technology	เทคโนโลยี
Utopia	ยูโทเปีย
World	โลก

Scientific Disciplines
สาขาวิชาวิทยาศาสตร์

Archaeology	โบราณคดี
Astronomy	ดาราศาสตร์
Biochemistry	ชีวเคมี
Biology	ชีววิทยา
Botany	พฤกษศาสตร์
Chemistry	เคมี
Ecology	นิเวศวิทยา
Geology	ธรณีวิทยา
Kinesiology	คิทนีวิทยา
Linguistics	ภาษาศาสตร์
Mechanics	กลศาสตร์
Meteorology	อุตุนิยมวิทยา
Mineralogy	แร่วิทยา
Neurology	ประสาทวิทยา
Nutrition	โภชนาการ
Physiology	สรีรวิทยา
Psychology	จิตวิทยา
Sociology	สังคมวิทยา
Thermodynamics	อุณหพลศาสตร์
Zoology	สัตววิทยา

Spices
เครื่องเทศ

Anise	โป๊ยกั๊ก
Bitter	ขม
Cardamom	กระวาน
Cinnamon	อบเชย
Clove	กานพลู
Coriander	ผักชี
Cumin	ผงยี่หร่า
Curry	แกง
Fennel	เม็ดยี่หร่า
Fenugreek	เฟนูกรีก
Flavor	รสชาติ
Garlic	กระเทียม
Ginger	ขิง
Nutmeg	นัทเม็ก
Onion	หัวหอม
Paprika	ปาปริก้า
Saffron	หญ้าฝรั่น
Salt	เกลือ
Sweet	หวาน
Vanilla	วนิลา

Sports
กีฬา

Athlete	นักกีฬา
Baseball	เบสบอล
Basketball	บาสเกตบอล
Bicycle	จักรยาน
Championship	ชิงแชมป์
Coach	โค้ช
Game	เกม
Golf	กอล์ฟ
Gymnasium	โรงยิม
Gymnastics	ยิมนาสติก
Hockey	ฮอกกี้
Movement	การเคลื่อนไหว
Player	ผู้เล่น
Referee	ผู้ตัดสิน
Stadium	สนามกีฬา
Team	ทีม
Tennis	เทนนิส
Winner	ผู้ชนะ

Summer
ฤดูร้อน

Beach	ชายหาด
Books	หนังสือ
Diving	ดำน้ำ
Family	ครอบครัว
Food	อาหาร
Friends	เพื่อน
Games	เกม
Garden	สวน
Home	บ้าน
Joy	จอย
Leisure	เวลาว่าง
Memories	ความทรงจำ
Music	ดนตรี
Relaxation	ผ่อนคลาย
Sandals	รองเท้าแตะ
Sea	ทะเล
Stars	ดาว
Travel	เดินทาง
Vacation	วันหยุด

Surfing
โต้คลื่น

Athlete	นักกีฬา
Beach	ชายหาด
Beginner	มือใหม่
Champion	แชมป์
Crowds	ฝูงชน
Extreme	สุดขีด
Foam	โฟม
Fun	สนุก
Ocean	มหาสมุทร
Popular	เป็นที่นิยม
Reef	รีฟ
Speed	ความเร็ว
Spray	สเปรย์
Stomach	ท้อง
Strength	แรง
Style	รูปแบบ
Wave	คลื่น
Weather	สภาพอากาศ

Technology
เทคโนโลยี

Blog	บล็อก
Browser	เบราว์เซอร์
Bytes	ไบต์
Camera	กล้อง
Computer	คอมพิวเตอร์
Cursor	เคอร์เซอร์
Data	ข้อมูล
Digital	ดิจิทัล
Display	แสดง
File	ไฟล์
Font	แบบอักษร
Internet	อินเทอร์เน็ต
Message	ข้อความ
Research	วิจัย
Screen	หน้าจอ
Security	ความปลอดภัย
Software	ซอฟต์แวร์
Statistics	สถิติ
Virtual	เสมือน
Virus	ไวรัส

Time
เวลา

Annual	ประจำปี
Before	ก่อน
Calendar	ปฏิทิน
Century	ศตวรรษ
Clock	นาฬิกา
Day	วัน
Decade	ทศวรรษ
Future	อนาคต
Hour	ชั่วโมง
Minute	นาที
Month	เดือน
Morning	เช้า
Night	กลางคืน
Noon	เที่ยง
Now	ตอนนี้
Soon	ในไม่ช้า
Today	วันนี้
Week	สัปดาห์
Year	ปี
Yesterday	เมื่อวาน

To Fill
เพื่อเติมเต็ม

Bag	ถุง
Barrel	บาร์เรล
Basin	อ่าง
Basket	ตะกร้า
Bottle	ขวด
Box	กล่อง
Bucket	ถัง
Carton	กล่องกระดาษ
Crate	ลัง
Drawer	ลิ้นชัก
Envelope	ซองจดหมาย
Folder	โฟลเดอร์
Packet	ห่อ
Pocket	กระเป๋า
Tray	ถาด
Tub	อ่างอาบน้ำ
Tube	หลอด
Vase	แจกัน

Town
เมือง

Airport	สนามบิน
Bakery	เบเกอรี่
Bank	ธนาคาร
Bookstore	ร้านหนังสือ
Cafe	คาเฟ่
Cinema	โรงภาพยนตร์
Clinic	คลินิก
Florist	ดอกไม้ดี
Gallery	แกลเลอรี่
Hotel	โรงแรม
Library	ห้องสมุด
Market	ตลาด
Museum	พิพิธภัณฑ์
Pharmacy	ร้านขายยา
School	โรงเรียน
Stadium	สนามกีฬา
Store	ร้าน
Theater	โรงละคร
University	มหาวิทยาลัย
Zoo	สวนสัตว์

Toys
ของเล่น

Airplane	เครื่องบิน
Ball	ลูกบอล
Bicycle	จักรยาน
Boat	เรือ
Books	หนังสือ
Car	รถ
Chess	หมากรุก
Clay	เคลย์
Crafts	งานฝีมือ
Doll	ตุ๊กตา
Drums	กลอง
Favorite	ที่ชื่นชอบ
Games	เกม
Imagination	จินตนาการ
Kite	ว่าว
Paints	สี
Puzzle	ปริศนา
Robot	หุ่นยนต์
Train	รถไฟ
Truck	รถบรรทุก

Vacation #2
วันหยุด #2

Airport	สนามบิน
Beach	ชายหาด
Destination	ปลายทาง
Foreign	ต่างชาติ
Foreigner	ชาวต่างชาติ
Holiday	วันหยุด
Hotel	โรงแรม
Island	เกาะ
Journey	การเดินทาง
Leisure	เวลาว่าง
Map	แผนที่
Mountains	ภูเขา
Reservations	จอง
Restaurant	ร้านอาหาร
Sea	ทะเล
Taxi	แท็กซี่
Tent	เต็นท์
Train	รถไฟ
Transportation	การขนส่ง
Visa	วีซ่า

Vegetables
ผักสด

Artichoke	อาติโช๊ค
Broccoli	บรอกโคลี
Carrot	แครอท
Cauliflower	กะหล่ำ
Celery	ขึ้นฉ่าย
Cucumber	แตงกวา
Eggplant	มะเขือ
Garlic	กระเทียม
Ginger	ขิง
Mushroom	เห็ด
Onion	หัวหอม
Parsley	ผักชีฝรั่ง
Pea	ถั่ว
Pumpkin	ฟักทอง
Radish	หัวไชเท้า
Salad	สลัด
Shallot	หอม
Spinach	ผักโขม
Tomato	มะเขือเทศ
Turnip	หัวผักกาด

Vehicles
ยานพาหนะ

Airplane	เครื่องบิน
Ambulance	รถพยาบาล
Bicycle	จักรยาน
Boat	เรือ
Bus	รถเมล์
Car	รถ
Caravan	คาราวาน
Ferry	เรือข้ามฟาก
Helicopter	เฮลิคอปเตอร์
Motor	เครื่องยนต์
Raft	แพ
Rocket	จรวด
Scooter	สกู๊ตเตอร์
Shuttle	กระสวย
Submarine	เรือดำน้ำ
Subway	รถไฟใต้ดิน
Taxi	แท็กซี่
Tires	ยาง
Tractor	รถแทรกเตอร์
Truck	รถบรรทุก

Visual Arts
ทัศนศิลป์

Architecture	สถาปัตยกรรม
Artist	ศิลปิน
Ceramics	เซรามิก
Chalk	ชอล์ก
Charcoal	ถ่าน
Clay	เคลย์
Composition	ค์ประกอบ
Film	ฟิล์ม
Masterpiece	ผลงานชิ้นเอก
Painting	ภาพวาด
Pen	ปากกา
Pencil	ดินสอ
Perspective	มุมมอง
Photograph	ภาพถ่าย
Portrait	แนวตั้ง
Pottery	เครื่องดินเผา
Sculpture	ประติมากรรม
Stencil	สเตนซิล
Wax	ขี้ผึ้ง

Water
น้ำ

Canal	คลอง
Damp	ชื้น
Drinkable	ดื่มได้
Evaporation	การระเหย
Flood	น้ำท่วม
Geyser	น้ำพุร้อน
Humidity	ความชื้น
Hurricane	พายุเฮอริเคน
Ice	น้ำแข็ง
Irrigation	ชลประทาน
Lake	ทะเลสาบ
Moisture	วามชื้น
Monsoon	มรสุม
Ocean	มหาสมุทร
Rain	ฝน
River	แม่น้ำ
Shower	อาบน้ำ
Snow	หิมะ
Steam	ไอน้ำ
Waves	คลื่น

Weather
สภาพอากาศ

Atmosphere	บรรยากาศ
Breeze	บรีซ
Climate	สภาพอากาศ
Cloud	คลาวด์
Drought	แล้ง
Dry	แห้ง
Fog	หมอก
Hurricane	พายุเฮอริเคน
Ice	น้ำแข็ง
Lightning	ฟ้าผ่า
Monsoon	มรสุม
Polar	โพลาร์
Rainbow	สายรุ้ง
Sky	ท้องฟ้า
Storm	พายุ
Temperature	อุณหภูมิ
Thunder	ฟ้าร้อง
Tornado	พายุทอร์นาโด
Tropical	เขตร้อน
Wind	ลม

Congratulations

You made it!

We hope you enjoyed this book as much as we enjoyed making it. We do our best to make high quality games.
These puzzles are designed in a clever way for you to learn actively while having fun!

Did you love them?

A Simple Request

Our books exist thanks your reviews. Could you help us by leaving one now?

Here is a short link which will take you to your order review page:

BestBooksActivity.com/Review50

MONSTER CHALLENGE!

Challenge #1

Ready for Your Bonus Game? We use them all the time but they are not so easy to find. Here are **Synonyms**!

Note 5 words you discovered in each of the Puzzles noted below (#21, #36, #76) and try to find 2 synonyms for each word.

Note 5 Words from *Puzzle 21*

Words	Synonym 1	Synonym 2

Note 5 Words from *Puzzle 36*

Words	Synonym 1	Synonym 2

Note 5 Words from *Puzzle 76*

Words	Synonym 1	Synonym 2

Challenge #2

Now that you are warmed-up, note 5 words you discovered in each Puzzle noted below (#9, #17, #25) and try to find 2 antonyms for each word. How many lines can you do in 20 minutes?

Note 5 Words from **Puzzle 9**

Words	Antonym 1	Antonym 2

Note 5 Words from **Puzzle 17**

Words	Antonym 1	Antonym 2

Note 5 Words from **Puzzle 25**

Words	Antonym 1	Antonym 2

Challenge #3

Wonderful, this monster challenge is nothing to you!

Ready for the last one? Choose your 10 favorite words discovered in any of the Puzzles and note them below.

1.	6.
2.	7.
3.	8.
4.	9.
5.	10.

Now, using these words and within a maximum of six sentences, your challenge is to compose a text about a person, animal or place that you love!

Tip: You can use the last blank page of this book as a draft!

Your Writing:

Explore a Unique Store
Set Up **FOR YOU!**

MEGA DEALS

BestActivityBooks.com/TheStore

Designed for Entertainment!

Light Up Your Brain With Unique **Gift Ideas**.

Access **Surprising** And **Essential Supplies!**

CHECK OUT OUR MONTHLY SELECTION NOW!

- Expertly Crafted Products -

NOTEBOOK:

SEE YOU SOON!

Linguas Classics Team